दृष्टीलक्ष्याच्या नजरेतून

चंद्रकांत ऐनापुरे

॰॰

दृष्टीलक्ष्य मासिकाच्या

निर्मितीमध्ये निमित्त बनलेल्या

सर्व गुणीजनांना

॰॰

अनुक्रमणिका

नांदी, प्रस्तावना

'दृष्टीलक्ष्याच्या नजरेतून' हे माझे दुसरे पुस्तक, जे नोशन प्रेस डॉट कॉमच्या माध्यमातूनप्रकाशित होत आहे. याआधी नोशन प्रेस डॉट कॉमच्या माध्यमातून 'शब्द अंतरीचे' हे माझे पहिले पुस्तक फेब्रुवारी 2021 मध्ये प्रकाशित झाले. त्या पुस्तकाला वाचकांनी जो प्रतिसाद दिला, ज्या पद्धतीने प्रतिक्रिया दिल्या तो नक्कीच माझा उत्साह वाढवणाऱ्या होत्या. त्यामध्ये लिहिलेले लेख हे सर्व अप्रकाशित लेख होते.

या पुस्तकातील सर्व लेख हे यापूर्वी दृष्टीलक्ष्या मासिकातून आणि दोन लेख इतर मासिकातून प्रकाशित झालेले आहेत. 2010 तेजग्यान फाउंडेशन द्वारा दृष्टीलक्ष या मासिकाची सुरुवात झाली. आणि माझ्यातील सुप्तावस्थेत गेलेल्या लेखकाला पुन्हा लिहिण्याची जिद्द निर्माण करण्याचं काम हे या दृष्टी लक्ष मासिकाने केले.

व्यक्तिमत्व विकास मानवी संबंध आणि अध्यात्म यांचा सुंदर मेळ या मासिकामध्ये होता. खरतर या मासिकाला संपूर्ण महाराष्ट्रातून खूपच चांगला प्रतिसाद लाभत होता. परंतु covid-19 काळात हे मासिक चालवणे अवघड होऊन बसले. आणि याच वेळी ऑनलाइन सोशल मीडियाचा प्रभाव वाढत गेला. तेजग्यान फाउंडेशन संस्थेचा वाढता व्याप, शिबिरे, पुस्तके यामध्ये द्यावा लागणारा वेळ आणि दृष्टीलक्ष मासिकाच्या प्रकाशनालाआलेल्या अडचणी यामुळे हे मासिक प्रकाशन बंद करण्याचा निर्णय घेण्यात आला. परंतु या दहा वर्षांच्या काळामध्ये हजारो वाचकांना वाचनीय लेख उपलब्ध करून दिले. तेजगुरू सरश्री यांची अध्यात्मिक तसेच जीवन मूल्य विषयी लेख साध्या सोप्या शब्दात जनसामान्यांना उपलब्ध करून दिले. प्रथितयश लेखंकाबरोबरच माझ्यासारख्या नवोदित लेखकांना सुद्धा लिखाणाची संधी मिळत केले गेली.

या मासिकामध्ये प्रकाशित झालेले माझे 14 लेख या पुस्तकात समाविष्ट केले आहेत. हे लेख वेगवेगळ्या काळामध्ये आले होते.

यातल्या अनेक लेखांबद्दल वाचकांच्या प्रत्यक्ष, फोनद्वारे तसेच मोबाईल मेसेज द्वारे खूप चांगल्या प्रतिक्रिया यापूर्वीही लाभले आहेत. हे लेख वाचकांना नक्कीच आवडतील याची खात्री आहे. याशिवाय अन्यत्र प्रकाशित झालेले 'स्वामी विवेकानंदांचे शैक्षणिक तत्वज्ञान आणि आजची शिक्षण पद्धती' तसेच 'कर्मवीर अण्णांचे शैक्षणिक तत्वज्ञान' हे दोन लेख या पुस्तकात समाविष्ट केले आहेत. वाचक याही पुस्तकाला योग्य प्रतिसाद देतील याची खात्री आहे. मूळचा गणिताचा शिक्षक पण छंद म्हणून लिहिणे सुरू आहे. त्यामुळे या लिखाणात काही त्रुटी नक्कीच असू शकतात. त्या त्रुटी उदार मनाने लक्षात आणून दिल्यास त्यापुढील आवृत्तीमध्ये सुधारणे नक्कीच शक्य होईल. लेखनाचे हे कार्य परमेश्वर कृपेने असेच पुढे राहो ही प्रार्थना.

- चंद्रकांत ऐनापुरे

1

हिरकणी मोटिवेशन

Enter Caption

लाटांच्या आवाजाने पहाटे सर्वांनाच लवकर जाग आली. खरंतर आदल्या दिवशी समुदात खेळल्यामुळे आणि त्या आधीच्या प्रवासामुळे रात्री दमून झोप कधी लागली हे समजलंच नव्हतं. आज कॉलेजच्या

ट्रिपचा तिसरा म्हणजे शेवटचा दिवस. सकाळी हरिहरेश्वरच्या समुद्रावर फेरफटका मारून, नाष्टा करून ऊन्ह पडायच्या आधी रायगडला जायचं होतं. ठरल्याप्रमाणे सगळेच लवकर आवरून बाहेर पडले. समुद्रकिनाऱ्यावर भटकंती करून, फोटो काढून पटकन नाश्ता उरकला आणि रायगडच्या दिशेने कूच केलं. गाडीत बसल्यावर विभाग प्रमुख व आणखी एका प्राध्यापकाने आम्ही रोप वे ने जाणार असं जाहीर केलं. तर दुसऱ्या प्राध्यापक मॅडम व सरांनी सर्व तीस मुला-मुलींना पायवाटेने रायगडावर घेऊन जायची जबाबदारी घेतली. घेतली ज्योत्स्ना थोडी अस्वस्थ होती. कारण तिला मळमळत होतं. सरांनी पुढील गोष्टीचा अंदाज घेऊन बॅगेतील लिंबू काढून पाण्याच्या बाटलीत अर्धा लिंबू पिळला आणि रायगडाला पोहोचेपर्यंत तिला ही बाटली रिकामी करायला सांगितल. साठ-पासष्ट किलोमीटरच्या प्रवासानंतर गाडी रायगडला पोहोचली.

दोन्ही सर रोपवेकडे पोहोचले व बाकी सगळे रायगडाच्या पायथ्याला उभे राहिले. सरांनी सगळ्यांना सूचना दिल्या. ज्योत्स्नाची कुरबुर सुरू झाली. आणखीन एका मुलीने तिच्या सुरात सूर मिळवला. सर सावध झाले. त्यानी बाकीच्या मुलांना मॅडम बरोबर पुढे जायला सांगितले व ते त्या दोघीशी बोलत बोलत तिथेच थांबले. त्यांना गाडीत सोडून रायगडावर जायचा धोका पत्करू इच्छित नव्हते. तिथे थांबण्यात काय अडचण येऊ शकते हे समजावून सांगत सर म्हणाले ‘ त्याऐवजी हळूहळू चढायला सुरुवात करु या. जर शक्य नाही झालं तर पुढचा निर्णय घेऊ.’ हो नाही करत दोघी तयार झाल्या. सरांची अडचण त्यांनाही समजत होती. तिघेही रायगड चढू लागले. बाकीची मुले मुली बरीच पुढे गेली होती. सुरुवातीला पायऱ्या चढताना फारसा त्रास झाला नाही. सर पूर्वीच्या ट्रिपमधले काही अनुभव सांगत होते. तसेच रायगडाची माहिती देत होते. त्या दोघीच्या मनातील भीतीचा विचार कमी व्हावा, हा त्यामागील उद्देश. थोडा वेळ गेल्यानंतर पाय वाट लागली. दोघी पुन्हा घाबरु लागल्या. सर म्हणाले ‘ पाच मिनिटे येथे बसा. विश्रांती घ्या मग जाऊ.’ दोघी बसल्या. पण सर मात्र उभेच राहिले. मुलींना कसतरी वाटू लागले. पाच मिनिटात त्या उठल्या आणि पुढे चालू लागल्या.

सरांनी हिरकणी बुरुजाचा विषय काढला. बोलत-बोलत गड चढणं सुरू होतं. सरांनी पुन्हा एकदा थांबून बसण्यास सांगितलं. पण स्वतः मात्र उभेच राहिले. मुलींनी सरांच्या मनातला हेतू ओळखला. आता मात्र त्या उठून चालू लागल्या. न बोलताच, कृतीने सर त्यांना प्रोत्साहन देत होते. आणखी थोड्या वेळात गडाचे बांधकाम दिसू लागले आणि पुढच्या वळणावर दरवाजाही दिसला. सर्वांनी ब्रेक घेतला. ज्योत्स्नाची पुन्हा कुरबुर सुरू झाली. ‘ सर आम्ही इथेच थांबतो. तुम्ही जावा.’ तर सरांनी त्या दरवाज्याकडे हात दाखवून म्हटलं ‘आणखी थोडं थांबू, पण पुढे जायचे. तो दरवाजा दिसतोय तिथेच किल्ला आहे.’ थोड्या वेळाने दोघी सरांबरोबर निघाल्या. दरवाजाजवळ आल्यावर दोघीचा उत्साह वाढला. त्यांच्या चेहऱ्यावर आनंद ओसंडून वाहत होता. दरवाजा ओलांडला. पुढे पुन्हा चढण होती. किल्ल्याच्या दुसऱ्या कोणत्याच खाणाखुणा नव्हत्या. दोघी प्रश्नार्थक चेहऱ्याने सरांकडे पाहू लागल्या. सर शांतपणे म्हणाले ‘ आता आपण निम्म अंतर पूर्ण केले आहे. इतकच किंवा याहून कमी अंतर आपल्याला जायचं आहे.’

‘ सर तुम्ही आमच्याशी खोटं का बोलला ?’ ज्योत्स्ना म्हणाली.

‘ काहीही असो. हा गडाचा दरवाजा आहे. आपण किल्ल्यात प्रवेश केला आहे. आता किल्ल्याच्या मुख्य भागापर्यंत जावं लागेल.’ दोघी निरुत्तर पण नाराज झाल्या.

सर म्हणाले ‘आता तुम्हीच ठरवा, इथून पुढे जायचं, इथेच राहायचं की परत फिरायचं ते. ती हिरकणी दरवाजा बंद असताना, अंधारात काट्याकुट्याची परवा न करता हा डोंगर रात्री उतरून गेली. तिची एक चूक तिचा जीव घेऊ शकली असती. पण तुमचं काय ? दिवसाचा उजेड, नाश्ता केलाय, सरळ पायवाट जपून घेऊन जाणारी माणसं बरोबर असताना गड अर्ध्यावर सोडला तर तुमचं किती कौतुक करावं ? काय करायचं हे तुम्हीच ठरवा. बाकीच्या मुला-मुलींसाठी आता मला पुढे जावे लागेल.’ सरांनी चालायला सुरवात केली. दोघेही क्षणभर गोंधळल्या. पण सरांनी केलेला प्रयोग त्यांच्या लक्षात आला. आणि सरांच्या मागोमाग त्याही गड चढू लागल्या.

2

रोल मॉडेल

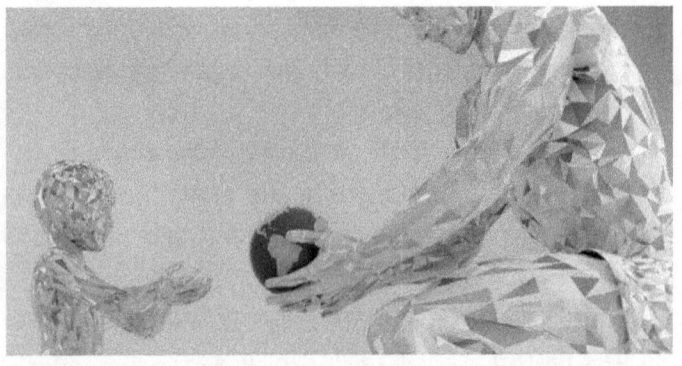

Enter Caption

“ तुला कितीवेळा सांगायचं, की घरी आल्या आल्या आधी बूट काढायचे, पाय धुवायचे, कपडे बदलायचे आणि मगच किचनमध्ये यायचं. बूट घालून घाणेरडे हाताने तू खाऊ का खातोस?” जेमतेम पाच वर्षाच्या आदित्यला त्याची आई फैलावर घेत होती. आईचं बोलणं चुपचाप, शांतपणे ऐकून घेतल्यानंतर खाली घातलेली मान वर घेत आदित्य आईला म्हणाला, “ मला तुला एक विचारायचं आहे ” त्याचा

तो अविर्भाव पाहून आईला हसायला आलं. पण हसू आवरत रागवण्याचं नाटक पुढे सुरू ठेवत ती म्हणाली, “बोल.” “बाबा पण कितीतरी वेळा बाहेरून आले की थेट किचनमध्ये येतात. ते पण हात न धुता खातात. मग तू त्यांना का बोलत नाहीस कधी?” आदित्यचा प्रश्न बरोबर होता आणि आईकडे त्याला समर्पक उत्तर नव्हतं काहीतरी बोलून तिने वेळ मारून नेली. पण आपल्याला मुलांसाठी ‘ रोल मॉडेल ’ असणाऱ्या पालकांनी कोणत्या गोष्टीबाबत सतर्क राहायला हवं ते थोडक्यात समजून घ्यायचं आहे.

प्रत्यक्षात आज प्रत्येकामध्ये जे चांगले वाईट गुण आहेत त्यांना सर्वार्थाने जबाबदार कोण ? याला बरीचशी उत्तरे मिळतील. पण या उत्तरामध्ये काही घटक नक्कीच सामाईक असतील. जसे आपल्या जडणघडणीला आपण स्वतः, आपले आई-वडील, भाऊ-बहीण, घरातील इतर लोक, शिक्षक, मित्र-मैत्रीण, नवरा-बायको, व्यवसायातील सहकारी, मुलं इत्यादी पूर्णपणे जबाबदार असतात. त्याबरोबरच जीवनातील घटना, प्रसंग हे देखील आपल्याला घडवतात. पण या घटना-प्रसंगांना आपण कशा प्रकारे सामोरे जातो, ते पुन्हा आपल्या स्वभावावर, विचारांवर अवलंबून असतं. आता हा स्वभाव, विचार कसे बनतात? त्यांना कारणीभूत कोण असतं? याचा विचार केल्यास हे लक्षात येतं की वर दिलेल्या यादीतील लोकच आपल्या स्वभावाची, विचारांची जडणघडण करण्यात बऱ्याच अंशी कारणीभूत असतात. त्यातही आपल्या विचारांची मूळ घडण, बैठक तयार होते ती घरचांच्याकडून.

हे पूर्णपणे लक्षात आल्यानंतर आता तुम्ही स्वतःचे वर्तन, विचार, कृती, शब्द आणि त्या अनुषंगाने मुलांवर केले जाणारे संस्कार याबाबत निश्चितच सतर्क व्हाल. कारण तुमच्या लक्षात आला आहे की, अभ्यास करण्यासाठी, खरं बोलण्यासाठी, चांगलं वागण्यासाठी मुलांना रागवून, दामटून त्यांच्याकडून काम करून घेण्याची आवश्यकता नाही. त्यासाठी स्वतःची कृती, उक्ती बदलली की आपोआपच मुलं या सर्व गोष्टी करायला लागणार आहे. सांगण्याचा उद्‌देश, आपल्याला जर वाटत असेल माझ्या मुलाने शिवाजी महाराजांप्रमाणे शूरवीर, पराक्रमी, धाडसी

आणि बुद्धिवान बनावं तर आपल्यालाही जिजाऊ सारखी माता बनावं लागेल. त्यांच्यासारख्या मातेचे गुण अंगीकारावे लागतील.

मुलांच्या दृष्टिकोनातून तुम्ही छोटे छोटे प्रयोग करून पाहू शकता.

आपल्या मुलाने बहुश्रुत व्हावं असं कित्येक आईवडिलांना वाटत असतं. त्यासाठी मुलांमध्ये लहानपणापासूनच वाचनाची आवड निर्माण केल्यास त्यांना आपोआपच पुस्तकांची गोडी लागते. यासाठी मुलांना गोष्टी सांगण्यात बरोबरच चित्ररूपी चित्र रूपातून त्यांना गोष्टी तयार करायला लावणं आणि त्यासाठी त्यांना शब्दांची, कल्पनांची, विचारांची मदत करणं आवश्यक आहे. त्यातून मुलांची वाचनाची आवड विकसित होईल. तसेच कल्पनाशक्ती, शब्दसंग्रह वाढेल ते वेगळेच !

आपल्या मुलांनी मोठ्या माणसांना आदर द्यावा, त्यांच्याशी नम्रतेने बोलावं असं वाटत असल्यास घरातील प्रत्येक सदस्याने एकमेकांचा आदर राखणं आवश्यक आहे.

कित्येक मुलं काहीतरी नवीन करण्यासाठी सतत धडपडत असतात. त्यांना प्रत्येक गोष्टीतून वेगवेगळे पैलू शोधायचे असतात. अशावेळी मुलांना प्रोत्साहन देण्यासाठी तुम्हीदेखील त्यांच्याबरोबर या शोधात सहभागी व्हा. ते एखाद्या वस्तूकडे कसे पाहतात? त्यांना त्यातून काय जाणून घ्यायचं, हे तुम्ही माहिती करून घ्या. यामुळे मुलांमधील संशोधकाला दिशा आणि आकार ही मिळेल.

मुलांनी अभ्यास कसा करावा असे वाटत असल्यास तुम्ही देखील निश्चितच टीव्ही बंद करून त्यांच्या बरोबर तुमचंही काहीतरी काम घेऊन बसा.

प्रत्येक मूल स्वतःचे वैशिष्ट्य विशिष्ट रंगरूप आणि गुणवैशिष्टे घेऊन जन्माला येतात. त्यामुळे त्यांच्यावर प्रेम करा. तसेच त्यांच्या भावनांचा विचारांचा आदर ही करा. दुसऱ्या मुलाबरोबर आपल्या मुलांची तुलना कधीही करू नका.

सगळ्यात महत्त्वाचा आहे तो म्हणजे 'विश्वास'. जो तुमच्या प्रत्येक कृतीतूनच व्यक्त होणार आहे. घरामध्ये एवढे विश्वासात्मक वातावरण तयार करा की लहानपणापासूनच कोणतीही चूक घडल्यास मुलांना खोटे बोलण्याची, चूक लपवण्याची इच्छा कधीच होणार नाही.

एकदा वडील आणि मुलगा रात्री झोपण्यापूर्वी प्रार्थना करत होते. वडिलांनी मुलाला विचारलं "कोणती प्रार्थना केली?" तेव्हा तो म्हणाला "मी देवाला सांगितलं, मोठा झाल्यावर मला माझ्या वडिलांसारखा बनव." मुलांची प्रार्थना ऐकल्यावर वडील आपल्या प्रार्थनेत बदल करून म्हणाले "देवा माझा मुलगा माझ्याबद्दल जे काही समजतो, जसा विचार करतो, जशी अपेक्षा करतो, तसंच मला बनव."

या छोट्याशा बोलक्या गोष्टींवर गोष्टीवर प्रत्येक रोल मॉडेल अवश्य विचार करेल, हो ना ?

3

हरळी

Enter Caption

“ मला नाही पटत तुझं म्हणण. अरे, मुळासकट या सवयी निघून जाणं शक्यच नाही. तुला ती म्हण माहित आहे ना ?” अजय ठामपणे बोलत होता.

पण सुहासने शांतपणे विचारलं “कोणती रे?”

"सुंभ जळाला तरी पीळ जात नाही. अरे, तुला किती उदाहरण दाखवू. वाटतं, तेवढ्यापुरतं ती वाईट सवय निघून गेली म्हणून. पण पाऊस पडू लागला की कसं उघड्या बोडक्या वाटणाऱ्या माळावर सुद्धा गवत परत उगवतं, अगदी तसेच या चुकीच्या सवयी आज जरी कमी किंवा नाहीशा झालेल्या दिसत असल्या तरी त्याला साजेसं वातावरण लागलं की त्या परत उगवतात. एखाद्या खास माणसाच्या बाबतीत मात्र वेगळं असं घडू शकतं. पण आपल्यासारख्या सामान्य माणसाच्या बाबतीत मात्र . . . शक्यच नाही"

"तुझं म्हणणं अगदी बरोबर वाटतं पण खास माणूस आणि सामान्य माणूस हे ठरवणार कसं ? हे तू सांगतोयस ते उदाहरण माणसाला नेहमीच लागू होत असं नाही. अरे उघडा-बोडका माळ आणि माणसाचं मन यात नक्कीच फरक आहे."

" फरक आहे हे मला कळतंय. पण तू चुकीचा अर्थ काढतोयस" अजय नाराजीने म्हणाला.

"अरे, त्या उघड्या बोडक्या-माळावर काय उगवाव हे कोणीही ठरवू शकत नाही." सुहास हसत हसत म्हणाला "आणि असं उगवलेलं काढून टाकण्याचा कोणी विचारच करू शकत नाही. पण माणसाच्या मनात मात्र याहून काही वेगळं असतं. मी तुझ्या उदाहरणाशी मिळतं-जुळतं उदाहरण सांगतो. तुला शेतात उगवणारी हरळी अगदी गावाकडच्या भाषेत हराठी माहीत असेलच."

"माहित आहे की तिचा पण तोच गुण !" अजय पटकन म्हणाला.

"होय. ही हरळी शेतात उगवते. शेतकरी कधीच हरळी लावत नाही. तो पेरतो ते पीक. पण हरळी केव्हा उगवते हे शेतकऱ्यांच्या लक्षातही येत नाही."

"अगदी मनाच्या वाईट सवयीप्रमाणे." अजय मध्ये म्हणाला. ते दोघेही हसायला लागले.

" खरं आहे तुझं." सुहास हसत हसत म्हणाला "सुरुवातीला ही हरळी थोड्या, छोट्या भागावर असते. एखादाच शेतकरी वेळीच सावध होतो आणि त्यावर काम करतो. बाकीच्यांना मात्र हरळी जास्त वाढल्यानंतर लक्षात येतं"

"म्हणजे तुला असं म्हणायचं आहे का की चुकीच्या सवयी लगेच लागतात, परंतु आपण त्यांच्या आहारी जाऊ लागलो की सावध होऊन त्या लगेच काढून टाकायला हवेत." आता मात्र अजयचा मूड बदलला होता. तो पुढे म्हणाला "पण किती लोक असे सावध असतात. अरे वाईट सवयी केव्हा मनाचा ताबा घेतात, हे लक्षातच येत नाही. त्याचं काय ?"

"सांगतो ना. ज्या शेतकऱ्यांच्या शेतात अशी हरळी वाढत जाते त्याचा त्यांच्या शेतावर परिणाम व्हायला लागतो. त्याच्या तेव्हा लक्षात येतं किंवा दुसरा कोणी शेतकरी मित्र याची आठवण करून देतो. मग तो शेतकरी हरळी काढायला सुरुवात करतो. पण तोपर्यंत त्या हरळीची मूळ खोलवर रुजली जातात. शेतकरी हरळी काढून टाकतो. त्याला खूप छान वाटतं. पण पुढच्या पावसाळ्यात ती पुन्हा येते आणि शेतकरी दुखी होतो. म्हणतो, गेल्या वर्षी तर मी हरळी काढली होती पण आता पुन्हा उगवली" सुहास पटवून सांगत होता.

"हो, मनाच सुध्दा अगदी असंच होतं बघ" अजय मधेच म्हणाला. "आपण ठरवून त्या सवयी काढून टाकतो. पण मनाच्या आत बसलेली ही गोष्ट वाढून पुन्हा वर कधी येते हे ती वर आल्यानंतर ही लक्षात येत नाही. आपण त्यात कधी गुंतून गेलो, हे समजतच नाही. पण यावर काही उपाय नाही का ? परत परत हे असंच होत राहणार का? " अजयची आता उत्सुकता वाढली होती.

"अजय तू म्हणतोस ते खरं आहे. पुन्हा उगवून आलेली हरळी बहुतेक त्याच्या पुढील वर्षी पुन्हा येते. असे झाल्याने मात्र शेतकरी तो नाद कायमचा सोडतो आणि मग ते शेत खराब होऊन जाते. आपण बघतोच व्यसनासारख्या चुकीच्या सवयीमध्ये सुद्धा लोक स्वतःचे जीवन बरबाद करतातच की. पण एखादा शेतकरी मात्र ठरवतो की आता ही हरळी कायमची काढून टाकायची व त्यासाठी आपल्याला ठोस उपाय करायलाच हवा. मग त्यासाठी त्रास होवो अथवा खर्च होवो, पण हरळी पासून मुक्त व्हायचं, असे तो ठरवतो व त्या दृष्टीने कामाला लागतो. इतरांप्रमाणे तो जाता जाता हरळी काढत नाही. त्यासाठी हरळी खोलवर खांदून मुळासकट हरळी काढायला लागतो. त्यावेळी तो प्रसंगी पिकाकडे दुर्लक्ष करतो. इतरांना वाटतं की तो पिकाचं, शेताचं पर्यायाने स्वतःचं

नुकसान करतोय. या न होणाऱ्या बदलावर वेळ, पैसा, श्रम वाया घालवतोय, असच इतरांना वाटतं. पण त्या शेतकऱ्याला माहिती आहे की या गोष्टीसाठी या क्षणी तरी काहीही पर्याय नाही. खोलवर खांदून, प्रसंगी वेगवेगळी औषधे मारून किंवा जाळून काढून तो हरळी मूळासकट काढतो."

"पण यामुळे सगळी हरळी निघून जाणार का ?" सुहासला मध्येच थांबवत अजय म्हणाला.

सुहास म्हणाला " सगळं खांदून, मुळासकट जाळून काढून टाकलं की शेतकरी न थांबता जमीन पूर्ववत करतो व त्यात पीक घेतो. याचा अर्थ असा होत नाही की शंभर टक्के हरळी निघून गेली. पण इतर शेतकऱ्यांपेक्षा याच्या शेतात ती पुन्हा उगवायची शक्यता आणि प्रमाण फारच कमी असतं. चुकून खोलवर तग धरलेल्या मुळापासून पुढील वर्षी नाही तरी त्या पुढील वर्षीही हरळी थोड्या प्रमाणात का होईना वर येतेच."

"म्हणजे त्या शेतकऱ्याला यातून मोकळा झालो असं म्हणून स्वस्थ राहून चालत नाही. नाहीतर सगळेच मुसळ केरात!" असे अजय पटकन म्हणाला.

सुहास क्षणभर शांत झाला. अजयच्या नजरेला नजर देतं तो म्हणाला "अगदी बरोबर आहे तुझं. या वेळी जर तो सावध असेल तर हरळी कडे दुर्लक्ष न करता अशी हरळी सावधपणे मुळापर्यंत जाऊन काढली पाहिजे. त्याचबरोबर आपल्या आजूबाजूच्या शेतकऱ्यांनाही त्यांच्या शेतातील हरळी काढण्यास मदत केली पाहिजे. जाऊ दे म्हणून चालणार नाही." अजय आनंदाने म्हणाला

" जे हरळीबाबत घडत तेच माणसाच्या मनामधील चुकीच्या सवयी, पॅटर्न्स बाबत असू शकते. वर्षानुवर्षे असे पुन्हा पुन्हा मनात येणारे हरळी काढून टाकून मनाची उत्तम मशागत करणं महत्त्वाचं असतं. त्याचप्रमाणे जाणते-अजाणतेपणी वेगवेगळ्या घटनांच्या माध्यमातून निर्माण होणारे नकारार्थी विचार चुकीच्या सवयी अर्थात लागलेलं व्यसन काढून टाकण्यासाठी निरंतर काम करणं तितकंच आवश्यक आहे. तरच आपण खऱ्या अर्थाने आनंदी आणि सार्थ जीवन जगू शकू !"

4

शिक्षकाचं भाग्य

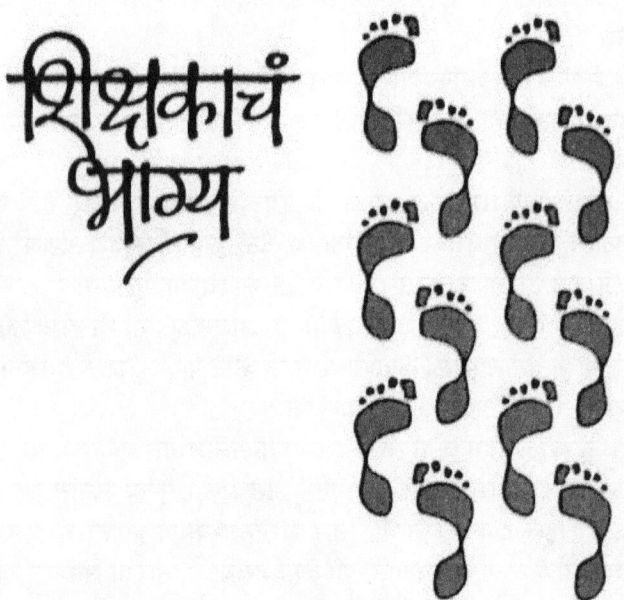

Enter Caption

कॉलेजमधील तो बीएससी भाग 1 चा वर्ग. गणिताचा तास. नवीन आलेले प्राध्यापक वर्गात शिरले. प्राध्यापक कसले. . . तब्येतीने बारकुळे, उंच. अगदी शेवटच्या वर्गातली विद्यार्थी शोभावे तसेच. आता त्यांच्या हातात डस्टर, खडू होता म्हणून काही मुलं उभी तरी राहिली. काही विद्यार्थ्यांना तर वरच्या वर्गातील विद्यार्थी गंमत करायला म्हणून वर्गात आलाय की काय असंच सुरुवातीला वाटलं.

सरांनी स्वतःची ओळख करून दिली आणि ते त्यांच्या विषयाबद्दल बोलू लागले. किरणचे मात्र तिकडे लक्षच नव्हतं. मधल्या रांगेत शेवटच्या बेंचवर बसून शेजारच्या मुलाशी त्याच्या गप्पाटप्पा सुरू होत्या. सर आल्यावर तो उभाही राहिला नव्हता. सर किंवा वर्गातील इतर मुलं-मुली यांच्याशी त्याला काहीच देणंघेणं नव्हतं असा तो वर्गात बसला होता. पण त्याच्या बोलण्याच्या आवाजामुळे सगळा वर्ग डिस्टर्ब होत होता. सर शिकवायचे थांबले. त्यांनी त्याला विचारलं. किरणने उत्तर काही दिलं नाही. उलट तो ताडकन उठला. त्याने वह्या हातात घेतल्या व सरांच्या नजरेला नजर भिडवत तो पुढे चालत आला. सर एकदम बावचळले. त्यांचे पहिले लेक्चर होतं. इतक्यात किरण उजवीकडे वळला आणि वर्गातून बाहेर निघून गेला. सर अजूनही गोंधळलेल्या अवस्थेतच होते. त्यांनी इतरांकडून या मुलाबद्दल माहिती करून घेतली आणि पुढे तास घ्यायला सुरुवात केली. पण मनातून किरणचा विषय जातच नव्हता. हा ‘ पुढे काय करणार ’ ही भीती सुद्धा त्यांच्या मनात होतीच.

तास संपवून ते स्टाफरूमकडे निघाले. इतक्यात किरण समोरून चालत येत होता. सरांनी त्याला थांबवून विचारलं " तुम्ही बाहेर का गेलात "

किरण सरांच्या नजरेला नजर भिडवत पटकन म्हणाला " तुम्ही काय म्हणालात, ते परत एकदा विचारा "

सर अजून गडबडले, " तसं नव्हे मी तुम्हाला ‘ का बोलताय ’ इतकच विचारलं होतं. बाहेर जायला सांगितलं नव्हतं "

हे ऐकून किरण जोरजोरात हसू लागला. तो म्हणाला " सर बाहेर का गेलास म्हणून विचारणारे तुम्ही पहिलेच भेटलात. आतापर्यंत जो तासावर येईल तो प्रत्येक जण म्हणतो ‘ किरण, चल, वर्गाबाहेर जा.’

मला वाटलं तुम्ही पण तेच करणार म्हणून तुम्ही सांगायच्या आधीच मी बाहेर गेलो." आता मात्र सरांना हसू फुटलं त्यांचं टेन्शन गायब झालं.

त्यांनी किरणची चौकशी केली. दहावीला 75 टक्के मार्क्स मिळवणारा किरण पुढच्या शिक्षणासाठी मामाच्या गावी आला आणि तिथूनच जवळच्या छोट्या शहरातल्या कॉलेजमध्ये त्यांनी ऍडमिशन घेतली. पण संगत चांगली नव्हती. त्याचा व्हायचा तोच परिणाम झाला. कॉलेजवर आणि बाहेर भांडण अगदी मारामाऱ्यामध्ये सुद्धा तो भाग घेऊ लागला. कसाबसा तो बारावी झाला आणि त्यांनी बी एस् सीला ऍडमिशन घेतली. वर्गातल्या खोड्या, भांडण, तास चुकवून फिरणं आणि प्रसंगी मारामाऱ्या यातच त्याला आनंद वाटू लागला. सगळेच त्याच्याकडे टग्या म्हणून बघू लागले. तो दादा झाला होता. पहिल्या वर्षाच्या परीक्षेत व्हायचं ते झाले. तो नापास झाला आणि त्याच वर्गात दुसऱ्यांदा बसला.

आता मात्र किरणच्या मनात सरांबद्दल आदर निर्माण झाला, कारण त्याच्याबद्दल आपुलकी दाखवणारे ते पहिलेच होते. त्या दिवसापासून किरण आतून बदलू लागला. वर्गातल्या खोड्या बंद होऊन तो तासाला लक्ष द्यायला लागला. बाहेरच्या खोड्या मात्र तशाच चालू होत्या. किरणने सरांना प्रॉमिस केल्याप्रमाणे त्या वर्षी पास होऊन दाखवलं. सर्वांनाच आश्चर्याचा धक्का होता.

सध्या किरण दोन मुलांचा बाप असून एका कंपनीत नोकरीला आहे. स्वतःचे घर, दोन चाकी गाडी. सगळ्या गोष्टी त्यांने मिळवल्या. पण तो सरांना जेव्हा भेटतो तेव्हा नेहमीच विचारतो " सर, इतक्या वर्षात माझ्यासारखा दुसरा विद्यार्थी भेटला नसेल ना ? अहो माझ्यासारखा विद्यार्थी भेटायला भाग्य लागतं!" विद्यार्थ्यांना नेहमीच रागावून नव्हे तर त्यांच्या ह्रदयात शिरून बदलता येतं हे सूत्र सापडल्याने सर मात्र खूपच खूश होते.

5

योग्य वेळी गिअर बदला

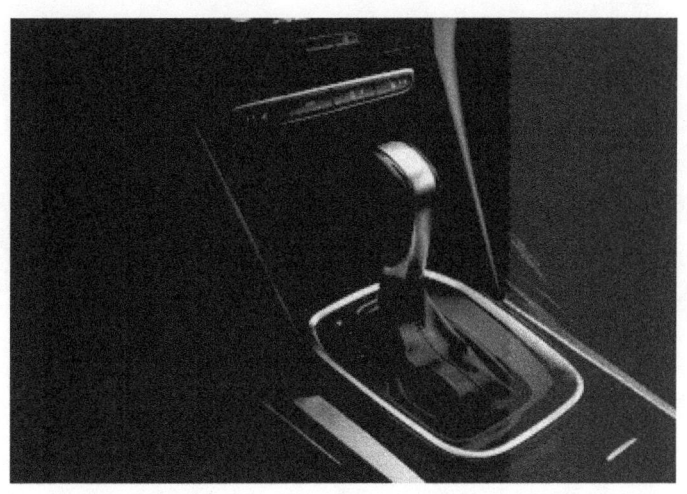

Enter Caption

गाडी हायवेवरून ऐंशी-नव्वदच्या स्पीडने चालली होती. विजय नव्यानेच गाडी चालवायला शिकला होता. त्यामुळे आजही त्याला शिकवणारा त्याचा मित्र अनिलभाऊ त्याच्याबरोबर होता. तो गाडी पाचव्या गिअरवर चालवत होता. पण आता मात्र गाडी हायवे सोडून आतल्या रस्त्याला घ्यायची होती. त्याने गाडी चौथ्या गिअरवर घेत आत वळवली. पुढचा रस्ता हा इतका नक्कीच चांगला नव्हता. पावसाळ्यात काही ठिकाणी उखडला होता. आता मात्र विजयची लय बिघडू लागली. गाडीची धडधड वाढू लागली. काय होतंय ते अनिलभाऊंच्या लक्षात आलं. ते पटकन म्हणाले, "हायवेला सगळं काही व्यवस्थित असल्याने पाचव्या गिअर ला एका लयीत गाडी पळवणे सोपं आहे. पण या रस्त्यावर योग्य वेळी गिअर बदलता आला पाहिजे. खड्डे आले, वळण आलं, गाव आलं, स्पीड ब्रेकर आला किंवा समोरून ओव्हरटेक करणारे वाहन येत असेल तर सावधपणे गिअर बदलला पाहिजे "

" म्हणूनच मला हायवेवर ड्रायव्हिंग करायला आवडतं. " विजय पटकन म्हणाला.

अनिलभाऊ हसतच म्हणाले " नेहमी हायवेवरच राहणं कसं शक्य आहे ? सगळे रस्ते हायवे असतीलच असं नाही. कधी कधी अगदी कच्च्या रस्त्यावरून ही गाडी चालवावी लागते. आखिर, ये जीवन है . . . इस जीवन का . . ." दोघेही हास्यात बुडाले. विजय आता मधून मधून गिअर बदलत, खड्डे चुकवत ड्रायव्हिंग करू लागला. अनिलभाऊ मात्र वेगळ्याच विचारात हरवून गेले होते . . .

गिअर बदलण्याची ही क्रिया आपल्या जीवनात सुद्धा काम करते. आपण एखादं काम सुरू करतो. उपलब्ध वेळ, कामाचं महत्त्व या गोष्टी लक्षात ठेवून काही वेळा काम करावं लागतं. याउलट काही अडचणींमुळे कामाचा वेग कमी करावा लागतो. ज्या त्या वेळेची गरज ओळखून जर आपण गिअर बदलू शकलो तर कामाचा आनंद मिळेलच, नाही तर उपलब्ध परिस्थिती आणि आपला वेग यातून विरोधाभास निर्माण व्हायला लागला तर त्या कामाचा आनंद मिळणं अवघड होऊन बसतं. त्यामुळे गिअर बदलता येणं फारच महत्त्वाचं आहे.

इतकच काय, लोकांशी संवाद साधतानादेखील गिअर बदलता आला पाहिजे. लोक ठराविक संवादात वाहवत जातात. त्याच त्याच विषयावर पुनःपुन्हा चर्चा करतात. काही लोकांना नेहमी स्वतःचा मोठेपणा सांगण्याची, काही लोकांना दुःख प्रदर्शनाची तर काहीना ' दुसरा कसा चुकीचा ' हे दाखवण्याची सवय असते. अशा लोकांना आपल्या तोंडाचा आणि विषयाचा गिअर बदलता येतो, हे माहीतच नसतं. काही वक्ते विषय पटवून देण्यासाठी एखादं उदाहरण सांगायला जातात, पण त्यातून पुढे जात ते बोलतच राहतात. मूळ विषयाकडे परत यायचं, त्यांच्या गावीच नसतं. काही वेळा लक्षात आलं तरी गिअर बदलून मूळ मुद्द्याकडे येणे त्यांना शक्य होत नाही.

याउलट असेही काही लोक असतात की विषय कुठेही जाऊ दे, गियर बदलून तिथून त्याला ते मूळ मुद्द्यावर आणतात. सभेत किंवा मीटिंगमध्ये विषय कुठेही भरकटू लागला तर गिअर बदलून तो मूळ जागी आणण्याची कला काही लोकांनाच अवगत असते. तेव्हा बोलताना देखील योग्य वेळी गिअर बदलायला शिकलं पाहिजे.

तीच गोष्ट आतील विचारांची. विचार वाहवत जातात. कुठे थांबायचं, कुठल्या विचाराकडे वळायचं हे समजणं महत्त्वाचं असतं. दुःखात, संकटात असताना नकारात्मक विचारांकडून सकारात्मक विचाराकडे कसं जायचं, एखाद्या कामाचे टेन्शन आल्यास विचारातून ऊर्जा कशी मिळवायची, रिकामा असताना येणारे अनाठायी विचार कसे टाळायचे, हे जाणणं म्हणजेच विचारांचा गिअर बदलणं होय. एखादी गोष्ट मनाविरुद्ध घडली, कोणी काही बोललं तर त्याच विचारात राहून पूर्ण दिवस खराब होऊ शकतो. पण योग्य वेळी गिअर बदलला तर विचारांना वेगळी दिशा मिळू शकते.

विद्यार्थ्यांच्या बाबतीत ही अभ्यासाचा गिअर महत्त्वाचा असतो. सगळेच विषय सारख्याच गतीने अभ्यासून चालत नाही आणि सगळ्याच विषयांना सारखा वेळ देऊन चालत नाही. बहुतेक वेळा आवडत्या विषयाला जास्त वेळ दिला जातो आणि तो आवडीने होतो देखील. पण अवघड विषयांची टाळाटाळ होते. बऱ्याच वेळा अशा विषयांचा अभ्यास मनापासून होत नसतो. अभ्यासामध्ये परिपूर्णता

आणायची असेल तर कोणत्या विषयाला किती वेळ द्यायचा, त्याचा अभ्यास कसा करायचा, आवडता विषय केव्हा व नावडता विषय केव्हा अभ्यासायचा, याचं नियोजन करून त्याप्रमाणे कार्यवाही करणे म्हणजेच गिअर बदलणे होय.

इतकच काय, खाण्या-पिण्याच्या बाबतीत गिअर कैंव्हा बदलायचा, हे जर लोकांनी जाणून घेतलं आणि त्यानुसार बदलत राहिले तर आरोग्याच्या तक्रारीही कमी होतील.

एका धक्क्यासरशी गाडी बंद पडली आणि अनिलभाऊंची विचारशृंखला तुटली. रस्त्यावर दिसलेल्या खड्ड्यांमुळे गाडीचा वेग कमी करताना गियर न बदलल्यामुळे गाडीचे चाक खड्ड्यात असतानाच गाडी बंद पडली. आणि अनिलभाऊ नकळत म्हणून गेले " बघा योग्यवेळी गिअर टाकला नाही तर जीवनाची गाडीही बंद पडू शकते!"

6

मंत्र खोडकरांसाठी

Enter Caption

समर कॅम्प मधील ही गोष्ट. खरंतर समर कॅम्पचा आनंद त्यात सहभागी विद्यार्थी जितका लुटतात तितकाच आनंद त्यांचे संयोजन करणारे आम्ही म्हणजे मॅनेजमेंट मेंबर्स लुटतो. जसे मुलांना या समर कॅम्प मध्ये खूप काही नवीन शिकायला मिळतं, तसंच आम्हाला ही मिळतं. समर कॅम्प ही आमच्यासाठी एक पर्वणीच असते.

समर कॅम्पमध्ये सगळ्या प्रकारची मुलं असतात. काही शांत तशीच काही खेळकर किंवा खोडकर मुले असतात. मुलांसाठी प्रशिक्षक आणि सगळेच नवीन असतात त्यामुळे शांत मुलं शांत राहायची आणि खोडकर मुलं जास्त खोड्या करायची. ग्रुपमध्ये अशा खोडकर मुलांना सांभाळणं म्हणजे कसरतच असते. प्रत्येक ग्रुपमध्ये किमान एखाद-दुसरा खोडकर मुलगा असतो. ग्रुप लीडरला त्याच्याकडे नेहमीच जास्त लक्ष द्यावं लागतं. मला नेहमी आश्चर्य वाटायचं की सेशन सुरू असताना तिथे असणारे प्रशिक्षक त्यांच्या बॅचमधील खोडकर मुलांना कसे काय हाताळत असतील. एकदा संधी साधून प्रशिक्षकांना विचारलं "सर, अशा खोडकर मुलांना तुम्ही कसे काय हाताळता ? नेमकं काय करावं लागतं त्यांच्यासाठी ?"

" या मुलांना दरवेळी एकाच पद्धतीने हाताळणे शक्य नसतं. यांच्या खोड्या वाढायला लागल्या की सुरुवातीला दटावायच असत किंवा समजावून सांगावं लागतं.पण काही वेळा त्यांच्या खोड त्यांच्याच भाषेत सांगावं लागतं. दरवेळी वेगवेगळ्या मुलांसाठी वेगवेगळी पद्धत वापरावी लागते. तीच ती पद्धत प्रत्येक वेळी चालत नाही. त्यांना समजावून सांगण्यासाठी, गप्प बसवण्यासाठी किंवा आपल्याला हवं तसं काम त्यांच्याकडून करवून घेण्यासाठी जी पद्धत आपण वापरतो, ती एकदा का त्यांच्या लक्षात आली तर ते तिला धरून नवीन खोड्या करायला कमी करत नाहीत. अशा वेळी त्यांच्यासाठी आपल्याकडे नवीन पद्धत उपलब्ध असली पाहिजे. एकाच पद्धतीने ही मुले बदलत नाहीत. त्यांना माहीत असतं, आता समोरचा माणूस काय बोलणार आहे. तेव्हा

त्याला आपण काय प्रत्युत्तर द्यायचं, कसा रिस्पॉन्स द्यायचा, हे त्यांनी आधीच ठरवून ठेवलेलं असतं. मग अशावेळी त्यांच्या अपेक्षेपेक्षा वेगळ्या पद्धतीने आपण त्यांना सामोरे गेलो की त्यांनी आधीच ठरवून ठेवलेली गोष्ट ते करू शकत नाहीत. आणि मग या परिस्थितीत त्यांना हाताळने आपल्याला सोपे जाते."

" जसा चौफेर फटकेबाजी करणारा कट्टर बॅट्समन मग तो क्रिस गेल असो किंवा युवी-वीरू असो त्यांच्यासमोर कोणताही बॉलर आला की त्याला फारसा फरक पडत नाही. पण एखादा मुरलेला स्पिनर बॉलर ऐन वेळी वेगळा बॉल टाकतो किंवा फास्ट बॉलर आपल्या वेगवान शैलीतच स्लो बोल सोडतो, अशावेळी अशा दमदार बॅट्समनला सुद्धा आपला पवित्रा सोडून शांतपणे खेळावं लागतं किंवा तो आउटदेखील होऊ शकतो. या खोडकर मुलांच्या बाबतीत ही अधून मधून असे प्रयोग करावेच लागतात. फक्त रागावून, भीती घालून गप्प बसणारी ही मुलं नसतात." प्रशिक्षकांनी मिश्किल हसत सांगितलं.

तेव्हापासून अशा कॅम्पमध्ये मुलांना कसा हाताळतात हे लक्षपूर्वक पाहणं सुरू झालं. याचा एक वेगळा पण गमतीशीर अनुभव मी समर कॅम्पच्या शेवटच्या दिवशी घेतला, तोही अशा खोडकर मुलांच्या बाबतीत नव्हे तर अशा खेळकर आणि खोडकर मुलांच्या पालकांच्या बाबतीत.

झालं असं की सांस्कृतिक कार्यक्रमाच्या पारितोषिक वितरण समारंभ संपल्यावर पालक व मुलांसाठी सरबताची व्यवस्था केली होती. मी आणि आणखी काही मॅनेजमेंट मेंबर्स या ठिकाणी सरबत देण्याची सेवा देत होतो. या दहा दिवसात मुलं शिस्त शिकली होती. त्यामुळे ती ओळीत उभी राहिली, कुणीही न सांगता. पण त्यांच्या पालकांची गडबड सुरू होती. पालकच पुढे पुढे करू लागले. आता प्रश्न पडला पालकांना कसं सांगायचं, व्यवस्थित वागा म्हणून. माझ्या बरोबरच्या मॅनेजमेंट मेंबर्सना ही काय करावं हेच सुचत नव्हतं. कारण जे चाललं होतं ते त्यांच्या शिस्तीत बसत नव्हतं.

आणि त्याच वेळी एक वाक्य सहजपणे तोंडातून गेलं "पालक लोक ही बघा मुले कशी व्यवस्थित उभी आहेत. आणि ती तुम्हाला वॉच

करत आहे तुम्ही कसं करताश आहात ते." या वाक्यासरशी पालकांचे लक्ष मुलांकडे गेलं. पाहतात तर काय मूले व्यवस्थित ओळीत उभी होती. पालक ओशाळले आणि त्यांनीही शिस्तीत एकानंतर एक शांतपणे सरबताचे पेले घ्यायला सुरुवात केली. इकडे आम्हा सर्व मॅनेजमेंट मेंबर्स जीव भांड्यात पडला. मी मात्र लगेच मनातल्या मनात त्या प्रशिक्षकांना धन्यवाद दिले. त्यांचा खोडकरांसाठीचा कानमंत्र मला इथे उपयोगी पडला होता.

7

पंखातील बळ...

Enter Caption

कॉलेजच्या ऑडिटोरिअममध्ये शेवटच्या वर्षाचे सगळे विद्यार्थी दाटीवाटीने बसले होते. आजचा दिवसही तितकाच वैशिष्ट्यपूर्ण होता. विद्यार्थी-शिक्षक यांच्यातील औपचारिक नात्याचा आज शेवटचा दिवस! म्हणूनच की काय 'निरोप समारंभाच्या' या कार्यक्रमाला आपोआपच अनौपचारिक वळण मिळालं.

कॉलेजमध्ये प्रवेश घेतल्यापासूनच्या अविस्मरणीय घटना, मित्र-मैत्रिणींशी जुळलेले ऋणानुबंध, प्राध्यापकांशी असलेलं नातं अशा वेगवेगळ्या आठवणींना व्यासपीठावर येणारा प्रत्येक विद्यार्थी, विद्यार्थिनी उजाळा देत होते. टाळ्या, हशा आणि कॉलेज संपल्याची रुखरुख यांतून व्यक्त होणारी विद्यार्थ्यांची मनोगते सगळ्यांच्याच मनाला स्पर्श करत होती.

विद्यार्थ्यांच्या मनोगतांनंतर कॉलेजमध्ये 'कडक शिस्तीचे' म्हणून प्रसिद्ध असलेले सर बोलायला उठले. सर काय बोलणार उत्सुकता सगळ्यांच्याच चेहऱ्यावर पसरली होती. विद्यार्थ्यांकडे पाहत सरांनी बोलायला सुरुवात केली.

"ऑजळीत भविष्याची स्वप्नं घेऊन, नव्या क्षितिजाकडे झेपावण्यासाठी उत्सुक असलेले भावी डॉक्टर्स, इंजिनिअर्स, संशोधक, प्राध्यापक आणि सर्व सुज्ञ नागरिकांनो! तुमच्या मनोगतातून बऱ्याच गोष्टी समोर आल्या. तुमच्यापैकी काहींना वाटत असेल, की अमुक एक प्राध्यापक किंवा संपूर्ण कॉलेजच आमच्यावर बंधन घालतंय. इतर कॉलेजमध्ये लेक्चर्स बुडवली तरी चालतात. परंतु इथं मात्र लेक्चर, प्रॅक्टिकल्स, जर्नल्स सगळे कसे व्यवस्थित आणि वेळच्या वेळीच लागतं."

"पण मित्रांनो! तुम्हाला अशी शिस्त लावण्यामागे बरीच कारणं आहेत. कॉलेजच्या जीवनात तुम्ही जी गोष्ट शिकाल तीच तुमच्या जीवनात उतरेल. आळस, शॉर्टकट घेत, 'बघू पुढचं पुढे' म्हणत वागलात तर तिथे फसगत होऊ शकते. त्याऐवजी जर कष्ट, वक्तशीरपणा, नीटनेटकेपणाने इथे वावरलात तर भविष्यही तसंच घडेल."

"मित्रांनो! घरट्यातील पिलांना अन्न भरवणाऱ्या पक्षिणीला तुम्ही प्रत्यक्षात पाहिलं असेल किंवा निदान फोटो अथवा टीव्हीवर तरी पाहिलं असणारच. पण आपल्यापैकी कितीजणांनी पक्षीण पिलाला उडायला शिकवते हे दृश्य पाहिलंय?"

सरांच्या या प्रश्नाने सर्वच विद्यार्थ्यांची उत्सुकता चाळवली. फक्त उपदेशाचे डोस नव्हे, तर नवीन काहीतरी ऐकायला मिळणार म्हणून निःशब्द शांतता पसरली. विद्यार्थ्यांचे चेहरे न्याहाळतच सरांनी पुढे बोलायला सुरुवात केली.

"पक्ष्यांची पिल्लं थोडीशी मोठी झाल्यावर पक्षीण एक एक करत त्यांना घरट्याबाहेर आणते आणि पिल्लांना आश्चर्य पाहायला मिळतं. आजपर्यंत घरटं आणि त्यातून दिसणारी झाडाची एखाददुसरी फांदी, पानं आणि मधूनच दिसणारं निळंशार आकाश हेच त्यांनी जग मानलेलं असतं. पण पिलू जेव्हा बाहेरचं विस्तृत अवकाश पाहतं तिथं त्याचा भ्रम नाहीसा होतो. आपण जे पाहतो त्यापेक्षाही मोठं जग आहे याची जाणीव त्याला पहिल्यांदा होते. त्याचबरोबर एवढ्या मोठ्या झाडाच्या फांदीवरून खाली पडू की काय या भीतीने ते एकीकडे ओरडतही असतं. पण आई त्याला फांदीवरून हळूहळू चालायला शिकवते."

सर्वांकडे दृष्टीक्षेप टाकत सर पुढे बोलू लागले "यातील खरी गंमत तर पुढेच आहे! पिलू नेहमीसारखं फांदीवरून फिरत असतानाच एके दिवशी त्याच्या नकळत आई त्याला धक्का देते आणि पिलू फांदीवरून खाली पडतं. आई त्याच्याबरोबरच उडत खाली येऊ लागते. पिलू जीवाच्या आकांताने ओरडत असतं. त्याला हे समजत नाही, की इतके दिवस अन्न भरवणारी, फांदीवर जपून चालायला शिकवणारी आई आज जीवावर का उठली? जीवाच्या आकांताने खाली पडणारं पिल स्वतःला वाचवण्यासाठी तडफडतं आणि याचवेळी पाहिल्यांदा त्याला आपल्या आंतरिक शक्तीची जाणीव होते. पिलू अलगदपणे आपले पंख पसरतं, त्यात हवा भरून घेतं आणि मग उडत उडत काहीसं भेलकांडत पण हळुवारपणे जमिनीवर उतरतं."

"मित्रांनो! तुमच्यापैकी जे ग्रामीण भागातून येतात, त्यांच्यापैकी बऱ्याच जणांनी पाहिलं असेल, की जेव्हा गाय वासराला जन्माला घालते

तेव्हा थोड्याच वेळाने ती त्या वासराला तोंडाने ढकलून उभं करण्याचा प्रयत्न करते. काही वेळा हे बघणाऱ्याला रागही येतो." ज्या मुलांनी हे दृश्य पाहिलं होतं, त्यांनी होकारार्थी माना हलवल्या. सर पुढे म्हणाले, "आईला चांगलं माहीत असतं, आज तिच्या बाळाच्या पायात ताकद कमी असली, तरी ते जर आता उभं राहायला शिकलं तरच त्याच्या पायात ताकद येणार आहे."

"आपल्या कॉलेजमधील प्राध्यापक मंडळीदेखील तेच काम करताहेत जे एखादी पक्षीण आपल्या पिलांसाठी किंवा गाय आपल्या वासरासाठी करते."

"मुलांनो! तुम्हाला फुलपाखराचा जन्म कसा होतो हे माहीत असेलच. स्वतःभोवती कोष तयार करणारं सुरवंट जेव्हा तो कोष तोडून बाहेर पडतो, तेव्हा त्याचं रूपांतर फुलपाखरात होतं. परंतु एखाद्याने अजाणतेपणे कोष तोडून फुलपाखराला बाहेर येण्यासाठी मदत केली तर फुलपाखरू उडू शकणार नाही आणि त्याच अवस्थेत मरून जाईल. याउलट जेव्हा फुलपाखरू बाहेर येण्यासाठी धडपडतं त्याचवेळी त्याचे पंख बळकट होतात आणि त्यामुळे ते आकाशात उडू शकतं, जीवन जगू शकतं. मित्रांनो! आम्हालाही वाटतं, की इतर कॉलेजसारख्या अभ्यासातील सवलती, परीक्षेतील सूट यांसारख्या क्षणिक सोयीसुविधांच्या आहारी जाऊन आमची फुलपाखरं मरू नयेत तर त्यांनी स्वकष्टाने पंखांत बळ भरून गगनभरारी घ्यावी."

सरांचं भाषण संपलं तरी विद्यार्थ्यांचा टाळ्यांचा कडकडाट अखंडपणे सुरूच राहिला.

8

धाडसाचे पाऊलं

Enter Caption

एखादं काम, एखादी नवीन कल्पना-योजना सुचते, परंतु बऱ्याच वेळा ती अमलात आणायचं धाडस होत नाही. जमेल की नाही अशी भीती वाटते. आपण अयशस्वी झालो तर? अपयशाच्या भीतीने बऱ्याच

वेळा पाऊल पुढे टाकण्याचं धाडसच होत नाही. असंख्य कल्पना, योजना मनात तयार होतात आणि 'जमणार नाही,' 'कसं शक्य आहे?' अशा अपयशी विचारांच्या लाटांत त्या विरून जातात. पण त्याच वेळी अशी एखादी व्यक्ती समोर येते. मग ती कल्पना तुमची असेल किंवा त्याची असेल, तो धाडसाने ती अमलात आणतो आणि मग ती गोष्ट, तो , बदल करण्यात किंवा योजना राबविण्यात यशस्वी होतो.

याउलट, काही लोक आंधळं धाडस करतात आणि तोंडावर आपटतात. कारण त्यांच्याकडे सबळ कार्ययोजना नसते. याला खरं तर धाडस म्हणणं चुकीचं आहे. कारण हे लोक धाडसाच्या नावाखाली आवेशाने काही गोष्टी करण्याचा प्रयत्न करतात. काही वेळा हे लोक यशस्वी होतातदेखील, पण बहुतेक वेळा हा प्रयत्न फसतो. अशा वेळी हे लोक कारणं, सबबी शोधायला आणि सांगायला सुरुवात करतात. ज्या वेळी हे लोक यशस्वी होतात त्या वेळी त्याची नेमकी कारणंसुद्धा वेगळी असतात. एक तर त्यांच्या पूर्वीच्या यशाच्या अनुषंगाने त्यांना इतरांचं सहकार्य मिळतं किंवा भीती, दबावापोटी लोक त्यांना सहकार्य करतात आणि मग ते यशस्वी होताना दिसतात. पण परत परत अशाच प्रकारे यश मिळविण्याच्या नादात हे लोक अयशस्वी ठरतात.

नेमकं काय साध्य करायचं आहे हे ठरवणं, ते मिळवण्यासाठी लागणाऱ्या गोष्टींची माहिती करून घेणं, येणाऱ्या संभाव्य अडचणींचा विचार करणं, आपल्याजवळील साधनांची शक्यता व त्रुटी जाणून घेणं आणि त्यानुसार कार्ययोजना तयार करणं या पाच मूलभूत गोष्टींवर संपूर्ण अभ्यासपूर्ण तयारी करून कार्य सुरू करण्यासाठी धाडसाने पाऊल टाकाल तर यशस्वी होणं अवघड नाही. परंतु यामध्ये कामात सातत्य आणि शेवटच्या पायरीपर्यंत न थांबता काम चालू ठेवणं या अतिशय महत्त्वाच्या पायऱ्या आहेत. बहुतेक वेळा यातील काहीच गोष्टींवर माणूस काम करतो आणि मग बऱ्याच प्रयत्नांनंतरही अयशस्वी होताना दिसतो.

यशाच्या शिखरावर जाण्यासाठी सर्वच पायऱ्यांवर जागरुकपणे कार्यरत राहणं हाच खरा उपाय आहे.

9

गंज

Enter Caption

प्रदीपने सकाळपासून किल्ल्यांचा शोध घ्यायला सुरुवात केली. ड्रॉवरमध्ये, लाकडी कपाटात काही किल्ल्या त्याला सापडल्या. त्या सर्व घेऊन तो स्टोअररूमकडे गेला. प्रदीपने नुकताच ऑफिसचा चार्ज घेतला होता. त्याआधी जवळ-जवळ सहा महिने तिथे कोणीच कामाला नव्हतं. अगदी महत्त्वाची फाइल, चेकबुक लागणार असेल तर तेवढ्यापुरते

मॅनेजर स्वतः ऑफिसकडे यायचे. त्यामुळे स्टोअररूमकडे जायचा प्रश्नच नव्हता. आता प्रदीपला मात्र सगळ्या गोष्टींची माहिती करून घ्यायची होती. त्या जुडग्यातून किल्ली शोधणं सुरू झालं.

कुलपावरची धूळ झटकून त्याने त्यावरचा नंबर पाहिला आणि किल्ल्यांच्या जुडग्यामधून त्या नंबरची किल्ली शोधून काढली. त्या किल्लीने त्याने कुलूप उघडण्याचा प्रयत्न सुरू केला, पण कुलूप उघडत नव्हतं. पुन्हा खात्री करून बघितलं. किल्ली आणि कुलपाचा नंबर सारखाच होता, तरी पण कुलूप निघत नव्हतं. कारण इतके दिवस वापराविना राहून गेल्यामुळे कुलपाला गंज चढायला सुरुवात झाली होती. प्रदीपला आश्चर्य वाटलं. किल्ली आणि कुलूप बरोबर असतानादेखील आणि याआधी याच किल्लीने हे कुलूप कित्येक वेळा उघडलेलं असतानादेखील आत्ता मात्र बराच काळ त्याचा वापर न झाल्यामुळे ते कुलूप त्याच किल्लीने उघडू शकत नव्हतं.

आपल्या जीवनातसुद्धा अशा बऱ्याचशा गोष्टी आहेत की त्या कशा करायच्या याचं ज्ञान आपल्याला असतं. एखादी कला आपल्याला आत्मसात असते, एखादा खेळ आपण सुंदर रीतीने खेळू शकतो; पण बराच काळ त्या ज्ञानाचा, कलेचा वापर न केल्यामुळे आपल्या बुद्धीवर, मेंदूवर, इतकंच काय पण विचारांवर आणि कृतीवरही गंज चढतो, आणि मग जी गोष्ट पूर्वी आपण सफाईदारपणे करीत होतो तीच गोष्ट कालांतराने पुन्हा करताना आपणच अडखळतो.

आपण अशा कित्येक गृहिणींना जाणतो, की ज्या खूप चांगला स्वयंपाक करायच्या; पण सून घरात आली की स्वयंपाकाची जबाबदारी तिच्याकडे टाकून त्या बाजूला होतात. सुनेच्या स्वयंपाकातील चुका आवर्जून तिला सांगणं, तिला सूचना देणं आणि मी कसा सुंदर स्वयंपाक करू शकते हे जाता-येता सांगणं, या ड्यूटीज मात्र सुरू होतात. पण काही काळाने अचानक त्या गृहिणीला एखाद्या दिवशी स्वयंपाक करावा लागतो, तेव्हा मात्र सगळाच ताळमेळ बिघडतो. असं काय घडलं की ज्यामुळे वर्षानुवर्षं इतका चांगला स्वयंपाक करणाऱ्या सुगरणीच्या हातचा स्वयंपाक बिघडला. याचं उत्तर आहे, तिच्या पाककलेवर चढलेला गंज. पण याबरोबरच, पुन्हा जर ठरवलं आणि अगदी थोड्या काळासाठी

योग्य प्रॅक्टिस केली तर तेच काम आपण पुन्हा व्यवस्थित करू शकतो. तात्पुरता आलेला गंज काढून टाकून मूळची कार्यक्षमता आपण पुन्हा मिळवू शकतो.

सर आयझॅक न्यूटनबद्दल माहिती नाही असा सुशिक्षित माणूस सापडणं मुष्किल. विज्ञान आणि संशोधन म्हटलं की नेहमी ज्या संशोधकांची नावे समोर येतात त्यामध्ये न्यूटनचं नावं सर्वांत आधी घेतलं जातं ते त्यांच्या प्रगाढ बुद्धिमत्तेमुळे आणि सातत्यपूर्ण संशोधकवृत्तीमुळे. पण न्यूटनच्या आयुष्यातसुद्धा एक अशी घटना घडली होती. त्यांच्याजवळच्या सर्वोत्तम ईश्वरीय देणगी असलेल्या बुद्धिमत्ता व संशोधकवृत्तीलाच गंज चढला आणि एका वेगळ्या घटनेतून तो गंज काढला गेला. संशोधनक्षेत्रात नाव झाल्यावर न्यूटन पार्लमेंटवर निवडून आले. पुढे टांकसाळ, जिथे नाणी तयार केली जातात, अशा संशोधनाशी कुठेही संबंध नसलेल्या विभागात वॉर्डन म्हणून कामासाठी त्यांची नेमणूक राणीने केली. इतरांना पटलं नसतानाही न्यूटननी मात्र हे काम आनंदाने स्वीकारलं आणि कामाला सुरुवात केली; पण त्यामुळे त्यांचा इतर गणितज्ञ, संशोधक यांच्याशी असलेला सातत्यपूर्ण संवाद किंवा वैचारिक देवाण-घेवाण पूर्णपणे बंद झाली. ज्या रॉयल सोसायटीचे ते अनेक वर्षं अध्यक्ष होते. तिथे जाणंदेखील त्यांनी बंद केलं. टांकसाळीच्या कामात ते इतके प्रामाणिकपणे गुंतले, की १७०५ मध्ये राणी ॲनने त्यांना त्यांच्या संशोधनासाठी नव्हे तर टांकसाळीचं काम व्यवस्थित पार पाडल्याबद्दल 'नाइट' हा किताब दिला.

पुढे काही वर्षांनी लिब्नीत्झ व बरनॉली या गणितज्ञांनी तयार केलेल्या दोन अवघड अशा गणितीय प्रश्नांनी युरोपातील गणितज्ञांसमोर आव्हान उभं केलं. पुढे सहा महिन्यांनी जेव्हा न्यूटनना त्यांच्या संशोधक मित्राने हे प्रश्न दाखविले तेव्हा त्याने तत्परतेने हे दोन्ही प्रश्न सोडविले आणि त्यावर आपलं नाव न टाकताच रॉयल सोसायटीकडे पाठविले. या प्रश्नांमुळे न्यूटननी आपल्या बुद्धिमत्तेवर आणि संशोधकवृत्तीवर चढलेला गंज काढून आपली कार्यक्षमता पुन्हा सिद्ध केली.

प्रत्येकाने प्रथम आपण कोणत्या गोष्टी आत्मसात केलेल्या आहेत, कोणत्या गोष्टी चांगल्या, तसेच वेगवेगळ्या पद्धतीने करण्यात आपला हातखंडा आहे, आपले छंद काय आहेत याची यादी करावी. ज्या गोष्टी आपण पूर्वी खूप चांगल्या पद्धतीने करीत होतो, पण कालांतराने त्यांना वेळ देऊ शकलो नाही, अशा गोष्टींचा समावेश या यादीत करावा व आपल्यामधील दबल्या गेलेल्या, कालानुरूप गंज चढलेल्या चांगल्या गुणांवर पुनः प्रक्रिया करून त्या कार्यरत कराव्यात. जेव्हा जेव्हा संधी मिळेल तेव्हा तेव्हा त्या गुणांचा, गोष्टींचा वापर करून त्यावर पुन्हा गंज चढू नये, याची काळजी नक्कीच घ्यायला हवी.

10

पैसा झाला मोठा : आर्थिक नियोजनाचे सूत्र

Enter Caption

लहानपणी 'ये रे ये रे पावसा, तुला देतो पैसा, पैसा झाला खोटा, पाऊस आला मोठा' हे गाणं खूप आनंद देऊन जातं. मोठं झाल्यावर पैसा खोटा होण्यापेक्षा तो मोठा कसा होईल या चिंतेत 'तो' आनंद मात्र राहत नाही.

लोक म्हणतात, पैसा कितीही असला तरी तो कमीच पडतो. काही लोक मात्र आहे त्या पैशात व्यवस्थित गुजराण करीत असतात. त्यामुळे बरेच लोक 'माझ्या हातात पैसा टिकतच नाही' असा समज करून घेतात. परंतु पैशाचं व्यवस्थित नियोजन करून (चिक्कूपणा करून नव्हे!) त्याचा योग्य विनियोग करणं शक्य आहे.

चार-पाच वर्षांपूर्वी तेजगुरू सरश्रींनी लिहिलेलं 'पैसा' हे पुस्तक वाचनात आलं, त्यामुळे पैशाबद्दलच्या अनेक मान्यता नाहीशा झाल्या. पैसा येतच नाही, तो टिकतच नाही, असे नकारार्थी विचार पण कमी होत गेले. पण बहुतेक पगारदारांसारखी एक समस्या काही वेळा यायची, ती म्हणजे अचानक एखादा खर्च झाला, की महिनाअखेरीला खात्यावर पैसा नसणं किंवा शेवटी शेवटी येणाऱ्या फोनबिलासाठी तरतूद नसणे. एक-दोन वेळा चेक पण बाऊन्स झाला.

झालं! मग या मुद्द्यावर कामाला सुरुवात झाली. वेगवेगळ्या पर्यायांवर विचार सुरू झाले. त्याच वेळी LES कॉम्प्युटर ॲकॅडमीचा निमंत्रक म्हणून काम करताना शाखेचं वार्षिक बजेट, तसंच ऐन वेळी निघणारे खर्च यांचं नियोजन यातून बऱ्याच गोष्टी शिकायला मिळाल्या. मग विचार सुरू झाला, घरखर्चासाठी असं बजेट बनवणं शक्य होईल का? तशी डायरीत जमाखर्च लिहिण्याची रोजची सवय होतीच. HTFC कोर्समधून प्लॅनिंगचे धडे पण घेतले होते. वर्षाचं बजेट तयार करायला घेतलं; पण नंतर लक्षात आलं, की आपल्याला दरमहा पगार मिळतो आणि दर महिन्याला बराचसा खर्च सारख्याच गोष्टींवर असतो. मग वाटलं, मासिक नियोजनच चांगलं होईल. कंपनी अकाउंट्ससारखंच घरातील किराणा, दूधबिल, फोनबिल, लाइटबिल, LIC हप्ते, पेट्रोल, भाजीपाला, फळं, मुलीचं रिक्षाभाडं, डान्स क्लासची फी यांसारखे दरमहा असणारे खर्च; तर प्रवासखर्च, पुस्तकखरेदी,

कपडेखरेदी, गाडीदुरुस्ती, कॉम्प्युटर स्टेशनरी यांसारखे अगदीच दरमहा नसणारे पण वारंवार निघणारे खर्च, अशी खाती तयार केली. प्रत्येक खात्याची रक्कम पण ठरवली. पूर्वी पगार झाला की बँकेतून आणलेली पगाराची रक्कम एकत्रच कपाटात ठेवायचो. पण हे सगळं जमल्यानंतर आणखी एक मार्ग सुचला.

वर लिहिलेल्या खात्यांप्रमाणे पाकिटं तयार केली आणि पगारातून बजेटमध्ये ठरल्याइतकीच रक्कम काढायला सुरुवात केली. बँकेतून पैसे आणले, की पाकिटावर लिहिल्याप्रमाणे त्या त्या खात्यात जाऊ लागले आणि ज्या वेळी गरज असेल तेव्हा त्याच खात्याची रक्कम त्या पाकिटातून बाहेर येऊ लागली.

आणखी एक गोष्ट LIC हप्त्यांबाबत. हा हप्ता तिमाही किंवा सहामाही असतो. ज्या महिन्यात हप्ता भरायचा त्या महिन्यात फारच गडबड होत असे. या नियोजनात वर्षभर भरायच्या हप्त्यांची बेरीज केली आणि त्याचे १२ हिस्से करून त्या त्या महिन्यात ती ती रक्कम पाकिटात ठेवली जाऊ लागली, त्यामुळे एखाद्या महिन्यात LIC चा हप्ता भरायचा नसला तरी त्या महिन्याची रक्कम शिल्लक राहू लागली. हप्ता भरतेवेळी आधीच्या महिन्यातील आणि त्या महिन्यातील मिळून पैसे भरणं सोपं झालं.

सगळ्यात गमतीची गोष्ट म्हणजे महिन्याच्या शेवटी बऱ्याच लोकांची खाती रिकामी राहतात; पण या नियोजनानंतर महिनाअखेरीसही माझ्या खात्यावर चांगली रक्कम शिल्लक राहू लागली. पूर्वी महिन्यातून तीन-चार वेळा बँकेतून रक्कम काढायला जाणारा मी हल्ली मात्र क्वचित प्रसंगीच महिन्यातून दोनदा बँकेत जाऊ लागलो. महिनाअखेरीस वरील बऱ्याच पाकिटांत राहणारी शिल्लक आणि बँक खात्यावरची शिल्लक रक्कम पाहिली की 'पैसा मोठा झाला' हे अगदी पटतं.

11

मैत्री : नात्याची सुपीकता

Enter Caption

मैत्रीमध्ये, नात्यामध्ये एकमेकांबद्दल अपेक्षा एकमेकांबद्दलचा विश्वास किंवा अविश्वास, एकमेकांची पटणारी आणि न पटणारी मतं, ती टिकविण्यासाठी केली जाणारी धडपड किंवा तडजोड यांचा परिणाम

त्या नात्यावर होत राहतोच.

नात्याचं रोपटं जर फुलायचं असेल, तर त्याची काळजी घेणं, देखभाल करणं, हेसुद्धा तितकंच महत्त्वाचं असतं. नात्यामध्ये जर समोरच्याला गृहीत धरलं जात असेल, तर मात्र त्याचा चटका किंवा काही प्रसंगी झटका त्या नात्याला बसू शकतो, बसू लागतो. याउलट जर त्या नात्याचं महत्त्व लक्षात ठेवलं, तर ते नातं सहजपणे रुजत जातं, फुलत जातं. आणि हो, लक्षात ठेवणं याचा अर्थ प्रत्येकवेळी त्याचे उदोउदो करणं किंवा त्याकडे दुर्लक्ष करणं असाही होत नाही. बऱ्याच लोकांना काही काम आलं, की मगच मित्राची, नातेवाइकांची, किंवा त्यांच्या मोठेपणाची अचानक आठवण येते. काम संपलं की सगळंच त्यांच्या विस्मृतीत जाण्याची शक्यता वाढते. चांगल्या नात्यामध्ये, मैत्रीमध्ये मात्र भेटीची सहजता असते. मग काम असो वा नसो, त्यामुळे काहीच फरक पडत नाही. काही वेळा भेटीगाठी झाल्या नाहीत तरीही काहीच परिणाम होत नसतो.

मैत्री किंवा नात्यावर परिणाम करणारी आणखी एक गोष्ट म्हणजे नात्यामध्ये समोरच्याकडून ठेवल्या जाणाऱ्या अपेक्षा! अपेक्षा अवास्तव असल्या किंवा नसल्या तरी समोरील मनुष्याकडून अपेक्षा पूर्ण न होणं याचा परिणाम त्या नात्यावर होतोच. एखाद्या कारणाने मित्र किंवा नातेवाईक जेव्हा आपल्या अपेक्षा पूर्ण करत नाहीत, तेव्हा त्याचा परिणाम हा त्या नात्यावर होण्याची शक्यता असते. याउलट आपल्या अपेक्षा आणि समोरच्याची वैचारिक भूमिका यांची जाणीव असेल, तर मात्र अपेक्षा पूर्ण झाल्या किंवा नाही झाल्या, तरी त्याचा काहीही परिणाम त्या नात्यावर होत नाही. मैत्री असो किंवा नातेसंबंध, त्यामध्ये एकमेकांवर असणारा विश्वास हे नातं दृढ करत जातं; पण जेव्हा समोरच्याबद्दल अविश्वास असतो, तेव्हा मात्र बारीकसारीक घटनादेखील मैत्रीवर किंवा नात्यावर नकारात्मक परिणाम करतात.

कित्येक वेळा आपल्या मतांविषयी असणारी कट्टरता, ठामपणा हासुद्धा मैत्रीवर किंवा नात्यावर नकारात्मक परिणाम करतो. नातं जर टिकवायचं असेल, तर स्वतःच्या मतांबरोबरच समोरच्याच्या मतांचाही आदर करता आला पाहिजे. आपल्या मतांविषयी योग्य तितकं लवचिक

राहता येणंदेखील तितकंच महत्त्वाचं असतं. ज्यांना अशी लवचिकता जमते ते लोकप्रिय, मित्रप्रिय, इतकंच काय; पण नातलगप्रियदेखील बनतात. असं असलं तरीही मैत्री आणि नाती टिकविण्यासाठी तुम्ही सातत्याने तडजोड किंवा धडपड करायला हवी, असा याचा अर्थ नव्हे. कारण यामुळे नात्यांमधील जिव्हाळा कमी-कमी होत जाऊन दुरावा वाढत जाण्याची शक्यता असते. त्यामुळे ही धडपड किंवा तडजोड एका मर्यादेपर्यंत ठीक आहे. ही मर्यादा प्रत्येकाने स्वतःची स्वतःच ठरवायला हवी.

योग्य अपेक्षा, एकमेकांवरचा विश्वास, नात्याची वेळोवेळी घेतलेली काळजी, लवचिकतेकडे झुकणारी मतं आणि योग्य प्रमाणात केलेली तडजोडच मैत्रीला किंवा कोणत्याही नात्याला सुदृढ बनवते.

12

जरा विसावू या वळणावर

Enter Caption

'भले बुरे जे घडून गेले,
विसरून जाऊ सारे क्षणभर
जरा विसावू या वळणावर
या वळणावर।'

एफ.एम.वर मराठी गाणं सुरू होतं. अक्का ते गाणं गुणगुणत होती. सुधीरने न राहवून विचारलं, "असं वळण खरोखरंच असतं का? की फक्त गाण्यामध्येच..."

अक्का हसून म्हणाली, "अरे अशी बरीच वळणं आपल्या आयुष्यात येतच राहतात; पण त्या वळणावर थांबायचं, मागे बघायचं माणसाला लक्षात यायला हवं. मात्र, बहुतेक लोक सवयीप्रमाणेच चालतच राहतात. सुधीर न राहवून म्हणाला, "पण माझ्या प्रश्नाचं हे उत्तर नव्हे. प्रश्न समजावून घेऊन मगच उत्तर द्यावं. असं वळण असतं कुठे ?"

अक्का म्हणाली, "आता सुरू आहे नोव्हेंबर महिना. आणखी एका महिन्याने नवीन वर्षाची सुरुवात होतेय. हेच आहे ते वळण." सुधीर चेष्टेने म्हणाला, "म्हणूनच लोक सेलिब्रेट करतात वाटतं, ते न्यू ईयर सेलिब्रेशन. फटाके उडवून, केक कापून, लायटिंग करून... काही लोक ड्रिंक्स घेऊन किंवा अन्य पद्धतीनेही!"

"अरे यात त्या दिवसाचा, त्या वर्षाचा दोष काय? दोष लोकांचा असतो. त्यांना सेलिब्रेट करायला काही ना काही तरी कारण लागतं ?"

"पण त्याहीपेक्षा महत्त्वाचं आहे ते या सरत्या वर्षात आपल्या बाबतीत नेमकं काय काय घडलं याचा शोध घेणं. नवीन वर्षात पदार्पण करण्यापूर्वी आणि वर्ष संपण्याच्या आधीच या टप्प्यावर वा वळणावर थांबून, विसावून हे वर्ष कसं गेलं हे पाहिलं पाहिजे. या वर्षाच्या सुरुवातीला मी कसा होतो किंवा होते आणि या वर्षभरात माझ्यात काय-काय चांगले-वाईट बदल घडलेत, हे जाणणं महत्त्वाचं आहे.'

"म्हणजे नेमकं कोणत्या बाबतीत बघायचं?" आता सुधीरची उत्सुकता आणखीच ताणली गेली. अक्का म्हणाल्या, "आता हे बघ. वर्षाच्या सुरुवातीला तू ज्या पद्धतीने संवाद साधत होतास, त्यात मला आता बदल जाणवतोय. तू आता जास्त मुद्देसूदपणे बोलू लागलायस. तुझी चीडचीड जरी पूर्ण बंद झाली नसली, तरी पूर्वीपेक्षा नक्कीच कमी

झालीय. याबरोबरच या वर्षात तुझा मोबाइलवर जाणारा वेळ मात्र जास्त वाढलाय." मध्येच थांबवत सुधीर उत्तरला, "अगं तसं काही नाही गं अक्का, मी मोबाइल थोडाच वेळ वापरतो."

अक्का शांतपणे हसली आणि म्हणाली, "हं... हे महत्त्वाचं. आपली एखादी चूक दुसऱ्याने सांगितली, तर आपल्याला ती लगेच पटेलच असं काही नाही. उलट, मी कसा बरोबर आहे, हे सांगायचा आता तू जसा मध्येच प्रयत्न केलास, तसाच प्रयत्न बहुतेक सर्वांकडून सुरू होतो. परंतु याऐवजी या वळणावर आपण जेव्हा स्वतःच डायरी, पेन घेऊन बसतो आणि वर्षभरातील स्वतःच्या कामाचं विश्लेषण करू लागतो, तेव्हा आपल्या चुका- त्रुटी आपल्या निदर्शनाला यायला सुरुवात होते. मात्र हे विश्लेषण जीवनाच्या सर्व भागांवर व्हायला हवं. शारीरिक, मानसिक, आर्थिक, सामाजिक, आध्यात्मिक अशा सर्व स्तरांवर वर्षाच्या सुरुवातीला मी कुठे होतो आणि वर्ष संपताना त्यात कोणकोणते बदल झाले, हे लक्षात घेणं महत्त्वाचं ठरतं."

अक्का पुढे म्हणाली "आयुष्याच्या नवीन वळणावर मनुष्य येऊन ठेपतो आणि नेमकं कोणत्या दिशेने मार्गक्रमण करावं हेच त्याला सुचत नाही. परंतु, 'आजवर मी कोणत्या विचारांना अयोग्य अर्थ दिला होता... आयुष्यात मला दुःखाशी सतत का झगडावं लागलं... माझं जीवन योग्य आणि सार्थक कसं बनेल... नववर्षाची सुरुवात मला कशी करायची आहे... एखाद्या गोष्टीची उणीव माझ्या आयुष्यात असली तरी मला खुश कसं राहायचं आहे... शिवाय, इतरांना आनंदी ठेवण्यासाठी मी कोणते प्रयत्न करणार आहे... नववर्षाचं स्वागत करण्यासाठी चांगलं ध्येय ठरवून ते पार पाडण्यासाठी कोणते प्रयत्न करणार आहे...' अशा प्रकारे आत्मविश्लेषण करून त्याने जर विचारमंथन केलं, या आणि अशा गोष्टींवर चिंतन झालं, तर मग आयुष्यात पश्चात्ताप करण्याची वेळ कोणावरही येणार नाही... "

"ओ माय गॉड... इतकं सगळं होऊ शकतं हे माझ्या लक्षातच नाही आलं! अक्का, तू म्हणजे ग्रेट!" सुधीर आश्चर्याने म्हणाला.

"मी ग्रेट नव्हे, जे जे लोक या पद्धतीने स्वतःचं विश्लेषण करू शकतात; आतापर्यंत नेमकं काय घडलं याचा पुढे जाताना आढावा

घेतात, ते सगळे ग्रेट. पण, हा झाला एक टप्पा. याचा दुसरा टप्पा असतो, याचं विश्लेषण करण्याचा. म्हणजेच पुढच्या वर्षासाठीचा ॲक्शन प्लॅन ठरविण्याचा, किमान कार्यक्रम ठरविण्याचा पुढील वर्षासाठी स्वतःचं ध्येय ठरविण्याचा, विश्लेषण करण्याचा हा टप्पा किती महत्त्वाची भूमिका बजावू शकतो, हे समजलं का?" हळूच सुधीरचा कान प्रेमाने ओढत अक्काने विचारलं.

"खरंय अक्का. आजपर्यंत मी नेहमी विचार करत असे. नवीन वर्ष येणार म्हणजे काही तरी विशेष येणार, विशेष होणार; पण एक जानेवारीच्या सकाळी मात्र वेगळं काहीच नसायचं आणि दोन-चार दिवसांनी तर नवीन वर्ष सुरू झालंय, हे विसरून 'ये रे माझ्या मागल्या' सुरू व्हायचं. पण आता तुझ्या या आवडीच्या गाण्यावरून बरंच काही समजलं. आता या वर्षाच्या अखेरपर्यंत रोज थोडा वेळ का होईना, मी डायरी- पेन घेऊन बसणार आणि संपूर्ण वर्षाचं ॲनालिसिस तर करणारचः शिवाय पुढच्या वर्षाचं नियोजन करण्याचा देखील प्रयत्न करणार आहे. अक्का मलाही पटलं बरं, जरा विसावू या वळणावर, या वळणावर.

13

माझी लेखनभरारी

Enter Caption

जून महिन्यात 'दृष्टिलक्ष्य' चा अंक नऊ तारखेला घरी आला, पण त्या दिवशी फाउंडेशनच्या एका कार्यक्रमासाठी • बाहेरगावी होतो. रात्री उशिरा घरी परतलो, त्यामुळे अंक वाचता आला नाही. कार्यक्रमाच्या ठिकाणी 'दृष्टिलक्ष्य'चे सहायक संपादक कमलेश जगताप भेटले, तेव्हा त्यांनी पहिलाच प्रश्न विचारला, "अहो, या वेळी तुमचा लेख नाही?" दुसऱ्या दिवशी एका कार्यक्रमात बोलता बोलता काही स्नेह्यांनी आवर्जून विचारलं, "या वेळी तुमचा लेख दिसत नाही?" लोक आपल्या लिखाणाची दखल घेतात तर! मग मी विचारात मग्न झालो.

... आपलं लेखन. त्याची सुरुवात कुठे आणि कशी झाली? आज आपण फार उत्कृष्ट नाही तरी बऱ्यापैकी लिहू शकतो. त्यावर कोणाकोणाचे आणि कसे संस्कार झाले, या सगळ्यांचा वेध घेण्यास सुरुवात झाली आणि पहिलं उत्तर सापडलं, 'वाचनाची आवड'. लहानपणापासून मी माझ्या वडिलांना बॉटनीची पुस्तकं वाचताना आणि आईला धार्मिक, तसेच कथा-कादंबऱ्या वाचताना पाहत होतो. त्यामुळेच मला वाचनाचा छंद लागला. गोष्टींची पुस्तकं, कथा-कादंबऱ्या, ललित लेख आणि वर्तमानपत्रं मी मनसोक्त आणि सातत्याने वाचू लागलो. पण माझ्या लेखनप्रतिभेला पहिल्यांदा आकार दिला तो हायस्कूलमधील शिक्षक के. आर. बी. सूर्यवंशी यांनी. ते स्वतः अतिशय चांगले वक्ते होते. वर्गात मी लिहिलेले निबंध वाचायला सांगून ते नेहमी मला प्रोत्साहन द्यायचे.

दहावीत असताना शिक्षकदिनानिमित्त आयोजित निबंधस्पर्धेत सरांनी माझं नाव घेतलं, पण मी ते विसरून गेलो. स्पर्धेच्या दिवशी शाळेत गेल्यावर मित्रांनी मला आठवण करून दिली. एक मित्र निबंधाचं पुस्तक वाचत होता. त्याच्या बाजूला बसून मीही वाचण्याचा थोडासा प्रयत्न केला. त्यातील एका वाक्याने माझं लक्ष वेधलं : 'आजचा युवक बंडखोर असला तरी त्याला योग्य दिशा दिली तर खूप मोठं विधायक कार्य तो करू शकतो'.. वाक्याचा पूर्ण अर्थ लागत नव्हता, पण ते मनात घोळत होतं. अशा मानसिक अवस्थेत स्पर्धेचा निबंध लिहायला सुरुवात केली. विषय होता- 'आजचा युवक'. तीस मिनिटांपैकी पहिली दहा

मिनिटं सुरुवात कशी करायची आणि नेमकं काय लिहायचं हे ठरवण्यातच गेली. पहिल्या पानावर जे काही लिहलं होतं ते नक्कीच सुसंगत नव्हतं. सगळंच थांबलं... इतक्यात मघाशी वाचलेलं वाक्य आठवलं आणि त्याचा अर्थ लावण्याचा प्रयत्न सुरू झाला. हळूहळू मनात जे विचार येऊ लागले ते सगळे त्या पेपरवर लिहू लागलो. तीन पानं भरून चौथ्या पानावर पोहोचलो आणि सरांनी वेळ संपत आल्याचं सांगितलं. कसंबसं सरांना 'थांबा-थांबा' म्हणत विषयाच्या समाप्तीकडे पोहोचलो. पेपर दिला आणि सगळं विसरून गेलो. त्यानंतर चारच दिवसांनी सरांनी बोलावून मला विचारलं, "अरे, इतका सुंदर निबंध लिहिलायस, मग सुरुवात अशी गचाळ का केलीस?" मी सरांना सगळी कथा सांगितली. निबंध सर्वोत्कृष्ट असूनही सुरुवात चांगली नव्हती म्हणून माझ्या निबंधाला पहिल्या क्रमांकाऐवजी दुसरा क्रमांक दिल्याचं सरांनी सांगितलं. त्यांना थोडंसं वाईट वाटत होतं, पण मी मात्र आनंदात न होतो. मला पहिल्यांदाच माझ्यामधील प्रतिभेची थोडीशी जाणीव झाली. पण कॉलेजमध्ये गेल्यानंतर पुन्हा त्यापासून दूर गेलो. नाटकात काम करत असताना काही एकांकिका लिहिणं झालं. एक कादंबरीही लिहायला सुरुवात केली; पण हे कोण छापणार, असा विचार करून तिचा नाद मध्येच सोडला. कॉलेज संपल्यानंतर काही लेख लिहिले, ते काही दैनिकांत प्रसिद्धही झाले. या दरम्यानच माझ्या कॉलेजमधील एक ज्युनियर एका वर्तमानपत्रात वार्ताहर म्हणून काम करू लागला. राज्य नाट्यस्पर्धेविषयी तो लिहीत होता, मी व माझा नाट्यमित्र सागर, आमच्याशी तो या संदर्भात चर्चा करायचा आणि मग लिहायचा. पण पुढे काय घडलं समजलं नाही. त्याने माझ्याबद्दल मनात काही चुकीचा ग्रह करून घेतला. थोड्याच दिवसांनी एका दैनिकात उपसंपादक झाल्यानंतर मी पाठवलेले दोन लेख बरेच दिवस प्रकाशित न करता तसेच ठेवून आठवणीने स्वतःच्या सहीने साभार परत पाठवले. मी नाराज झालो आणि माझी लेखनातील इच्छाच उडून गेली.

दरम्यान, 'टर्निग पॉइंट' या मासिकात 'अवकाशाच्या सफरीवर' ही अवकाशातील ग्रहगोलांविषयी मालिका मी लिहायला सुरुवात केली, पण

यावर 'स्वत: काही खोल संशोधन केलं की असंच वरवर लिहिताय?' अशा एका तिखट प्रतिक्रियेनंतर ते लिखाण पण त्या मासिकाबरोबरच बंद झालं. माझे काही लेखक-कवी मित्र अधूनमधून विचारायचे, पण मला त्यात स्वारस्य राहिलं नव्हतं.

आणि जवळपास दहा वर्षांनी ही नकारात्मकतेची साचलेली राख बाजूला सारून त्याखाली विझत चाललेल्या लेखनकौशल्याचा अंगार पुन्हा फुलविण्याचं काम केलं 'दृष्टिलक्ष्य' ने. जेव्हा एप्रिल २०१० मध्ये पहिला अंक हातात पडला तेव्हा अधाशासारखा तो वाचून काढला आणि लगेचच त्यावर प्रतिक्रिया लिहायला बसलो. पुढच्याच अंकात ही प्रतिक्रिया प्रसिद्ध झाली. दृष्टिलक्ष्यच्या भाषेत सांगायचं तर लेखनाचा री-स्टार्ट झाला.. आधीच्या सगळ्या आठवणी बाजूला ठेवून मी लिहायला लागलो. 'आपण लिहितोय ते योग्य आहे का?' विचार मनात यायचा. स्वतःची समजूत घालत 'योग्य वेळी गिअर बदला' आणि 'पैसा झाला मोठा' लेख प्रसिद्ध झाले. त्यामुळे हुरूप वाढला. आणखी काही लेख संपादक मंडळाकडे पाठवले, एप्रिल ते ऑक्टो. या काळात एकही लेख प्रसिद्ध झाला नाही. त्यामुळे पुन्हा एकदा निराशा येऊ लागली. याच वेळी व्यवस्थापनशास्त्रातील लेखक स्टीफन्स रॉबिन्स यांचं 'व्यक्तींना हाताळण्याची कौशल्ये' भाषांतरित पुस्तक वाचताना छान प्रेरणा देणारा लेख वाचायला मिळाला. स्वतःच्या लेखनाबद्दलचा त्यांनी जो अनुभव सांगितलाय खरंच मार्गदर्शक ठरला. काय लिहायचं आणि लिहिण्याची उर्मी केव्हा येते हे प्रश्न त्यांना सतावत होते. त्याच वेळी 'प्रेरणा' विषयावर व्याख्यानाची तयारी करताना समाधान आणि उत्पादनक्षमता यांमधील परस्परसंबंधावर चिंतन करताना उत्तर त्यांना सापडलं. त्यांनी मनात ते जोरदार गतीने, बिनधास्तपणे लिहायला सुरुवात व ते लिहीत गेले. त्यातील बरंचसं लेखन खराब पण काही चांगली प्रभावी वाक्यं, समोर आले. त्यांनी लेखनाचा खराब काढून टाकून चांगली वाक्यं एकत्रित करून पुन्हा लिहायला सुरुवात केली. अशा 'पुन्हा संस्कारांतून त्यांची लेखणी बहरत गेली. आज अमेरिकेत अनेक व्यवस्थापनशास्त्र विद्यापीठांचा महाविद्यालयांच्या पुस्तकांचा समावेश केला गेला. त्यांच्या याच लेखातून प्रेरणा घेऊन मीही पुन्हा

थोडं लिहायला लागलो. त्यात योग्य ते बदल करू लागलो. सगळ्याला नेहमी वाचनाची जोड राहिली आहेच. मित्र, ओळखीचे लोक यांच्याकडून 'तुमचा लेख वाचला, आवडला', 'अरे, आम्हाला वाटल नव्हतं...' अशा प्रतिक्रिया जेव्हा मिळू लागल्या तेव्हा आपल्या लेखनात सुधारणा होताहेत असं जाणवायला लागलं. माझ्या हातात अंक पडायच्या आधीच एखाद्या मित्राकडून जेव्हा 'तुमचा लेख 'गंज' वाचला, आवडला', असा एसएमएस येतो, तेव्हा हळूहळू का होईना पण पुढची पायरी गाठल्याचा मनस्वी आनंद होतो.

याबरोबरच आणखी एका गोष्टीबाबत तुमच्याशी हितगुज करावंसं वाटतं. बऱ्याच वेळा स्नेह्यांकडून तुलनाही केली जाते दृष्टीलक्ष्यच्या इतर लेखांशी... 'त्यांच्यासारखं तुमचं लेखन व्हायला हवं' असा सल्लाही मिळतो. यावर जेव्हा मी मनन करू लागलो तेव्हा खूप छान उत्तर सापडलं. आज भारतीय टीममध्ये असणारे अनेक बॅट्समन सचिन तेंडुलकरला आदर्श मानून क्रिकेटमध्ये आले, खेळत राहिले. धोनी असो, सेहवाग असो, गंभीर असो किंवा नवोदित रहाणे असो, या सर्वांची तुलना सचिन तेंडुलकर किंवा राहुल द्रविडबरोबर करणे योग्य होणार नाही. किंबहुना हे जरी त्यांचे आदर्श असले तरी यांच्यात व त्यांच्यात तुलना करण मुळीच संयुक्तिक होणार नाही. कारण प्रत्येकाची स्वतःची एक शैली आहे. कोणी कितीही •प्रयत्न केला तरी सचिन हा सचिनच असणार आहे. कोणताही बॅट्समन सचिनकडून टिप्स घेऊ शकेल, पण 'सचिन' कसा बनू शकेल? फार तर धोनी बनेल, सेहवाग बनेल. जो आहे तो स्वतःची प्रतिभा उंचावू शकेल.

याचप्रमाणे लेखनातसुद्धा प्रत्येकाची स्वतःची एक शैली असते आणि आत्ता मी माझी तुलना करतोय फक्त स्वतःशी, स्वतःच्या लेखनाशी. माझे आधीचे लेख पुन्हा पुन्हा वाचणं आणि त्यात ज्या त्रुटी मला जाणवल्या, इतरांनी सांगितल्या त्या पुढील लेखनात काढून टाकण्याचा प्रयत्न करणं हे सुरू झालं.

जेव्हा 'दृष्टिलक्ष्य'च्या वाचक मित्रांशी लेखन या विषयावर गप्पा होतात तेव्हा त्यांनाही मी त्यांचे अनुभव लिहायला सुचवितो. कारण 'दृष्टिलक्ष्य' हे आपल्या सर्वांसाठी आपली मतं, अनुभव मांडण्यासाठी

मिळालेलं एक व्यासपीठ आहे. आणखी एक गुपित मी तुमच्यासाठी सांगतो, पुस्तकाच्या लेखकाला स्वतः लेखन करून प्रसंगी इतरांना विनंती करून, वाचून बदल सुचवायला सांगावं लागतं. तो माणूस बदल सुचवेल किंवा नाही, ही गोष्ट वेगळी, पण मासिकाबाबत मात्र वेगळं असतं. इथे असतं संपादक मंडळ. हे लोक आपले लेख वाचून वाटल्यास त्यात काही बदल सुचवतात किंवा आपल्याशी चर्चा करून ठरवतात. डिसेंबरमधील रायगड ट्रिपवरील लेखाबद्दलचा माझा अनुभव सांगतो. त्या लेखाला मी 'स्फूर्तिकथा' हे नाव दिलं होतं. पण एक दिवस मला 'दृष्टिलक्ष्य'च्या ऑफिसमधून फोन आला, 'काही तरी नाव सुचवा'. मी गाडीवर होतो. लेख लिहून काही दिवस झाले होते. मी 'थोड्या वेळाने सांगतो' किंवा संपादक मंडळाला विचारून ठरवा' असं सुचवलं'. घरी येऊन पुन्हा लेख वाचून मी 'हिरकणीचे मार्गदर्शन' असं काही तरी नाव सुचवत होतो; पण त्या वेळी फोनवर असणाऱ्यांनी 'हिरकणी मोटिव्हेशन' हे नाव दिल्याचं सांगितलं, जे नक्कीच माझ्यासाठीही मोटिव्हेशनल ठरलं.

म्हणून तुम्हाला सांगतो मित्र-मैत्रिणींनो, घ्या लेखणी आणि करा सुरुवात तुमचे अनुभव शब्दबद्ध करायला... आणि हो, तुमचा लेख प्रसिद्ध व्हायला उशीर लागला तर नाराज न होता त्यातील त्रुटी शोधून पुन्हा नव्याने लिहायला सुरुवात करा. तुमच्या आत दडलेल्या प्रतिभावान लेखक-लेखिकेला जागृत कराल तेव्हाच हा लेखनप्रपंच सार्थकी लागला असं मी म्हणू शकेन.

14

स्टीफन हॉकिंग: इच्छाशक्तीचा विजय

स्टीफन हॉकिंग: इच्छाशक्तीचा विजय

Enter Caption

स्टीफन हॉकिंग म्हणजे एक चमत्कार... एक गूढ, अद्वितीय असा लढा... एक जिवंत इतिहास. अविश्वसनीय पण सत्य असा आविष्कार. बऱ्याच लोकांना प्रश्न पडतो. खरंच असं घडू शकतं? खरं तर स्टीफन हॉकिंगची जीवनकहाणी ही न पटणारीच गोष्ट आहे. म्हणूनच हा प्रश्न अनेकांच्या मनात उभा राहतो. परंतु या प्रश्नाचं उत्तर मात्र 'होय' असंच आहे. असं घडू शकतं... नव्हे, असंच घडलंय. म्हणूनच स्टीफन हॉकिंगचं जीवन एक चमत्कार आहे.

बहुतेक लोक जीवनात केव्हा ना केव्हा नशिबाला दोष देतात. अगदी स्वतःच्या नाही तरी दुसऱ्याच्या. आपलं अपयश नशिबाच्या पदराखाली झाकू पाहतात. आपल्या दुर्बलतेला नशिबाची झालर लावून रिकामे होतात. नशिबाविरुद्ध, परिस्थितीविरुद्ध लढणारेही अनेकजण असतातच, जो लढा स्टीफनने दिला तसा इतर कोणी दिल्याचा दाखला इतिहासात नाही. महाभारतात बाणांच्या शय्येवर पडून मृत्यूशी लढा देणारे पितामह भीष्म... किती विशेष वाटायचं! पण स्टीफन हॉकिंगचं चरित्र पाहिलं की वाटतं, फक्त सहा महिनेच... अहो, कुठे सहा महिने आणि कुठे नाबाद अठ्ठेचाळीस वर्ष. परंतु ही अठ्ठेचाळीस वर्ष स्टीफन मृत्यूशी लढा देत अव्वल क्रमांकाचे खगोलशास्त्रज्ञ बनले. आयझॅक न्यूटनने भूषविलेल्या 'ल्युकेशन प्रोफेसर' पदावर काम करणारा माणूस म्हणजे निसर्गाविरुद्ध, दैवाविरुद्ध, नशिबाविरुद्ध प्राप्त परिस्थितीविरुद्ध दिलेला लढाच नाही, तर मानवी मनाच्या इच्छाशक्तीने गाठलेलं अत्युच्च शिखरच!

डॉक्टर वडिलांचा हा पुत्र जन्माला आला ८ जानेवारी १९४२ रोजी. युनिव्हर्सिटीत भौतिकशास्त्र विषयात एम.एस्सीसाठी प्रवेश घेतला. पण वयाच्या २१व्या वर्षी एका वेगळ्याच आजाराने तो ग्रस्त झाला. सरासरी तीन लाख लोकांमध्ये एकाला होणारा 'मोटार न्यूरॉन डिसीज'- अर्थात अमोयोट्रॉपिक लॅटरल स्क्लेरोसिस, की ज्यामध्ये स्नायूंतील शक्ती क्षीण होत जाते. अशक्तपणा, श्वसनाचा त्रास सुरू होऊन दोन-तीन वर्षातच जीवन संपविणाऱ्या या आजाराने स्टीफनला गाठलं.

स्टीफनच्या जीवनातील उत्साहच त्यामुळे संपला.

पण ईश्वरीय योजना वेगळीच होती. १९६२च्या ख्रिसमस पार्टीत जेन नावाची तरुणी त्याला भेटली. त्याच्या आयुष्याबद्दल जाणून घेतल्यानंतरही ती त्याच्याशी लग्नाला तयार झाली. आता लग्न म्हटलं की नोकरी पाहिजे. नोकरी म्हटल्यावर पीएच.डी. धारक स्टीफनने पुन्हा एकदा उत्साहाने संशोधनकार्यास सुरुवात केली ती अखेरपर्यंत चालू होते. या काळात किती संकटं आली आणि किती आघात झाले... या साऱ्या संकटांवर मात करून दोन वर्षांत येणाऱ्या मृत्यूशी अखंड अठ्ठेचाळीस वर्ष लढा देत त्याने संशोधनकार्य सुरूच ठेवलं. संशोधनकार्य बहरत असतानाच त्याचा आजारही बळावत गेला. दुसऱ्याच्या मदतीशिवाय उठणं बसणं, काम, हालचालसुद्धा बंद झाली. सदैव व्हीलचेअरवर बसून नव्हे, तर पडून असणारे स्टीफन आता केवळ डोळ्यांची उघडझाप व डोळ्यांची हालचाल तेवढी करू शकत होते. १९८५ मध्ये जिनिव्हा दौऱ्यावर असतानाच स्टीफन यांना न्यूमोनिया झाला; पण त्यांचे प्राण वाचविताना त्यांचा स्वरकोष निकामी झाला.

डॉ. रॉजर पेनरोज या अमेरिकन संशोधकाने 'सिंग्युलॅरिटीज'चा सिद्धांत मांडून कृष्णविवराची संकल्पना मांडली. या आधारे स्टीफनने आपलं संशोधन सुरू केलं. कृष्णविवराच्या निर्मितीच्या वेळी ३०० कण व प्रारणांचं उत्सर्जन होतं, यालाच 'हॉकिंग रेडिएश' म्हटलं जातं.

अडम्स प्राइज, अल्बर्ट आइनस्टाइन **अॅवॉर्ड**, इंग्लंडच्या राणीचा 'कमांडर ऑफ ब्रिटिश एम्पायर' पुरस्कार; तर लँकेस्टार, नोत्रमाम, प्रिस्टन न्यूयॉर्क या युनिव्हर्सिटीजनी त्यांना डॉक्टरेट पदवी देऊन सन्मानित केलं.

'जनरल रिलेटिव्हिटी ', 'अॅन आइनस्टाइन सॅटेनरी सर्व्हे' या त्यांनी लिहिलेल्या पुस्तकांबरोबरच 'ए ब्रीफ हिस्टरी ऑफ टाइम' या त्यांच्या पुस्तकाने विक्रीचे उच्चांक मोडले. जगातील अनेक भाषांत भाषांतरित झालेल्या पुस्तकाने 'गिनीज ऑफ रेकॉर्ड'मध्ये स्थान पटकावलं.

संगणकतज्ज्ञ वॉल्ट व्होल्टाज यांनी कॉम्प्युटर प्रोग्रॅम तयार करून दिला. त्याच्या साहयाने स्टीफन सर्वांशी संवाद साधत. २००१मध्ये 'स्टिंग २००१' या टाटा इन्स्टिट्यूट फंडामेंटल रिसर्च (TIFR) विज्ञान

परिषदेच्या निमित्ताने त्यांनी भारताला दिली.

१९९० साली स्टीफन यांची स्फूर्तिदेवता जेन ही कौटुंबिक संघर्षामुळे घटस्फोट घेऊन विभक्त झाली. त्यानंतरही हॉकिंगने स्वतः ला संशोधनकार्यात गुंतवून ठेवलं. स्टीफन हॉकिंगचं जीवनचरित्र म्हणजे इच्छाशक्तीद्वारे एका मानवाने नैसर्गिक आपत्तीवर विजय मिळवत यशाचं अत्युच्च शिखर गाठण्याची कहाणी आहे.

15

स्वामी विवेकानंदांचे शैक्षणिक तत्वज्ञान आणि आजची शिक्षण पध्दती

Enter Caption

'शिक्षण म्हणजे जन्मात कधी पचनी न पडणारे, डोक्यात निरंतर धुडगुस घालणारे आणि आपल्या मेंदूत ठासून कोंबलेले माहितीचे भेंडोळे

नव्हे.' हे वाक्य वाचलं की ते आजच्या शिक्षण पद्धतीवर सडेतोड भाष्य करणारे वाटते. पण हे वाक्य शंभर सव्वाशे वर्षापूर्वी स्वामी विवेकानंदांनी सांगितले होते हे जेंव्हा समजते, तेंव्हा मात्र स्वामीजींच्या दृष्टेपणा किती थोर होता हे लक्षात येते.

'जीवन सुसंघटीत करणारा 'माणूस' घडविणाऱ्या, शील बनविणाऱ्या विचारांची गरज समाजाला आहे आणि हे खऱ्या अर्थाने शिक्षणातून साध्य झाले पाहिजे. तेच खऱ्या अर्थाचे शिक्षण होय ' या मताचा स्वामी विवेकानंद ठाम पुरस्कार करताना दिसतात. आजची शिक्षण पद्धती ही फक्त माहितीचे संकलन, संस्मरण आणि पाठांतराचे सादरीकरण या माध्यमातून गुण मिळविण्यासाठी सुरू असलेली एक शर्यत (Rat race) बनून राहिली आहे.

ज्ञान मिळविणे आणि त्या ज्ञानाचे उपयोजन आपले आणि आपल्या समाजाचे जीवन समाधानी, आनंदी आणि सुखमय बनविण्यासाठी करणे, हे खरेतर शिक्षणातून साध्य व्हायला हवे. याबाबतीत एके ठिकाणी स्वामी विवेकानंद म्हणतात 'संपूर्ण शिक्षणामध्ये ध्येय हे खऱ्या अर्थाने 'माणूस' निर्माण करणे हेच असले पाहिजे.'

संपूर्ण देशभर व्यापलेला भ्रष्टाचार, व्यभिचार, व्यसनाधिनता हे चित्र देशासाठी, समाजासाठी नक्कीच हितकार नाही. पण सत्तांध राजकारणी आणि भौतिक सुखसुविधांमागे बेभान धावणारा समाज याला या गोष्टीशी देणघेण नाही. दोघेही फक्त स्वहित जपण्यातच मग्न आहेत. मात्र उज्ज्वल भविष्यासाठी हे चित्र बदलणं गरजेचे आहे. यासाठी शिक्षण व्यवस्था कशी असली पाहिजे हे स्वामी विवेकानंदानी शतकापूर्वीच मांडून ठेवले आहे. ते म्हणतात 'ज्याने शील बनते, मानसिक शक्ती वाढते, बुद्धी चौफेर व विशाल होते आणि माणूस आपल्याच पायावर उभा राहू शकतो, अशा भक्कम शिक्षण व्यवस्थेची खरी गरज आहे.'

पण आज आपल्या आजूबाजूला जे पहातोय त्यामध्ये 'माणूस' घडविणं किती होतय? मुलांना लिहायला, वाचायला शिकवलं जातं. किंबहुना त्याही पुढे जावून असं म्हणता येईल की मुलांना परीक्षेमध्ये गुण मिळवायलाच शिकविले जाते. पालक, शिक्षक, शिक्षणसंस्था

किंबहुना हा समाज त्या पाल्यामधील खऱ्या गुणांकडे दुर्लक्ष करेल, पण त्याच्या परीक्षेमधील गुणांनाच फार महत्त्व देतो. आणि मग विद्यार्थ्यांचाही ज्ञानाची शिदोरी न भरता फक्त गुणांची शिदोरी भरण्याकडे कल राहतो. स्वामी विवेकानंद शिक्षणाबद्दल बोलताना म्हणतात, ‘शिक्षणाचे खरे सार म्हणजे एकाग्रता होय.’ प्रयोगशाळेत नवीन शोध लावणारा संशोधक असो किंवा शाळेत विद्यार्थ्यांना उत्कटतेने (वरवर नव्हे) एखादा विषय शिकविणारा शिक्षक असो, आपल्या रागदारीतून हरवून जाणारा गायक असो किंवा बागेत फुलझाडांची योग्य प्रकारे निगा राखणारा माळी असो. प्रत्येकजण त्याचे कार्य जेंव्हा एकाग्रतेने करतो तेंव्हा ते सर्वोत्कृष्टच असते. तेंव्हाच तो जीवनाचा खरा आनंद, आस्वाद घेत असतो. आणि ही एकाग्रता साध्य करायला शिकवण, मार्गदर्शन करणे हे खऱ्या अर्थाने शिक्षणाचे ध्येय होय. स्वामी विवेकानंद म्हणतात ’ एकाग्रता हीच सर्व यशांची गुरुकिल्ली होय.‘

स्वामी विवेकानंदांच्या मते एकाग्रतेतील फरकामुळेच माणसामाणसातील फरक दिसून येतो. यशस्वी तोच होवू शकतो, जो एकाग्रतेनी त्याचे ठरविलेले कार्य करतो. म्हणूनच स्वामी विवेकानंद म्हणतात, ’कोणत्याही कार्यक्षेत्रातील यश हा एकाग्रतेचा परिणाम असतो.‘

स्वामीजींच्या जीवनातील एक छोटीशी घटना याची सिद्धता देते. अमेरिकेत असताना स्वामीजी एकदा तळ्याकाठी विहार करताना त्यांना त्या तळ्यात तरंगणारे अंडी बंदुकीने गोळ्या मारून फोडायचा प्रयत्न करणारी काही तरुण मंडळी दिसली. स्वामीजींना त्यांचं हसू आलं. पण आधीच गोळ्यांचा म लागत नसल्यामुळे वैतागलेल्या त्या मुलांना स्वामीजींचा राग आला. त्यांनी स्वामीजींनांच आव्हान दिले. स्वामीजींनी आयुष्यात पहिल्यांदाच बंदुक हातात घेतली. नेम धरला आणि सर्व अंडी फोडून दाखविली. मुलांनी आश्चयनि त्यांना विचारलं, ’आपण बंदुक चालवायच प्रशिक्षण कुठे घेतलत?‘ स्वामीजी हसून म्हणाले ’अरे मित्रानो, मी त्यागी, मी कशाला घ्यायला जावू बंदुकीचे प्रशिक्षण ?‘ मुलांचा यावर विश्वासच बसेना. तेंव्हा स्वामीजीनी त्यांच

गुपित सांगितलं 'बंदुक चालविण्याच नाही, पण कोणतेही काम एकाग्रतेने करण्याचे मी प्रशिक्षण घेतले आहे. फक्त एकाग्रतेमुळेच हे मला शक्य झाले.' आजच युग धावपळीचे, नवनव्या तंत्रज्ञानांनी भरलेलं आहे. या जीवनपद्धतीत अस्थिरता, चंचलताच वाढत चाललीय, आज पुन्हा एकदा समाजाला या एकाग्रतेच्या गुरुकिल्लीची जाणीव करून देणे गरजेचे आहे. यामुळे पुढची पिढी फक्त परीक्षेतील गुण (मार्क) यांनी संपन्न न होता एकाग्रता साध्य करणाऱ्या ज्ञानरूपी गुणांनयी संपन्न होईल. आणि हे करणे म्हणजेच स्वामीजींचे बलशाली भारताचे स्वप्नपूर्ती करणे ठरेल.

16
कर्मवीर अण्णांचे शैक्षणिक तत्त्वज्ञान

कर्मवीर भाऊराव पाटील

Enter Caption

'उभारली जागृती जयाने,
मानवतेच्या गढी
ज्ञानदीप उजळिला जयाने,
गरिबांच्या झोपडी ।।

या काव्यपंक्तीत कवी ग. दि. माडगूळकरांनी कर्मवीर भाऊराव पाटील यांच्या कार्याचा यथोचित गौरव केला आहे. खरोखरोच कर्मवीरांनी, या पृथ्वीतलावरच्या आधुनिक भगीरथाने ज्ञानगंगा गरिबांच्या झोपडीपर्यंत नेली आहे. कर्मवीरांचे शैक्षणिक कार्य एका महान तत्त्वज्ञानातून होत असे. स्वावलंबनाने शिक्षण, स्वाभिमानी वृत्ती, श्रमप्रतिष्ठेचे महत्त्व, मातीशी इमानदारी, स्वातंत्र्याचा सूर्य आणि समानतेचा मंत्र ही सारी तत्त्वे एकाच सूत्रात बसवून कर्मवीर अण्णांनी ही ज्ञानमंदिरे उभी केली. ही ज्ञानगंगा आपल्या दारापर्यंत आणून सोडली.

तसं पाहिलं तर कर्मवीर अण्णांचे शिक्षण फक्त सहावीपर्यंत झालेले. परंतु अण्णा नेहमी कोणत्या ना कोणत्या तरी ध्येयाने झपाटलेले असायचे. आपलं ध्येय पूर्ण करण्यासाठी वाटेल ते कष्ट, श्रम घ्यायची त्यांची तयारी होती. ज्यावेळी अण्णांनी आपल्या कार्याला सुरवात केली तो काळ पारतंत्र्याचा होता. त्यावेळी जनता रूढी-परंपरा, भोंदूगिरी, धर्मभोळेपणा यामध्ये भरडली जात होती. त्यावेळी लोकांना शिक्षणाचेही महत्त्व नव्हते अन् स्वातंत्र्याचेही. पण त्यांच्या अंगी कष्टाची तयारी होती. ही माणसे अंधारात चाचपडत फिरत होती. त्यांना आवश्यकता होती एका मार्गदर्शकाची.

हेच कार्य कर्मवीर अण्णांनी आरंभिले. ज्या ज्या ठिकाणी अंधार होता, त्या त्या ठिकाणी ते ज्ञानाची ज्योत घेऊन गेले. त्यांनी या लोकांना एक मार्ग दाखविला. पण रूढी-परंपरेत कित्येक पिढ्या अडकलेल्या या लोकांना एक वेगळा मार्ग दाखविणे हे एक कठीण काम होते. कारण ही त्या लोकांची सुप्तावस्था होती. अण्णांना या लोकांना सुप्तावस्थेमधून बाहेर काढून कार्यशील करायचे होते. खेडोपाड्यात देवभोळेपणा शिगेला पोहोचला होता. गावात देवी किंवा पटकीची साथ आली की लोक म्हणत,

'देवीचा कोप झाला.' मग देवीला प्रसन्न करण्यासाठी कधी पशुवळी तर कधी नरबळी. हे सारे होत होते केवळ अज्ञानामुळे. एखाद्या वर्षी पाऊस पडण्यास विलंब झाला, की पाऊस पडावा म्हणून महादेवाला पाण्यात कोंडून ठेवायचा, धन, संतती प्राप्तीसाठी देवापुढे नरबळी द्यायचे, असे अनेक प्रकार या अंधश्रद्धा जनतेच्या रोमारोमात भिनल्या होत्या. खेड्यातील ही जनता पूर्णपणे अज्ञानाच्या अंधारात चाचपडत होती.

अस्वच्छता, विशिष्ट जंतूंचा प्रसार यामुळे साथीचे रोग होतात. त्यातून बरे होण्यासाठी स्वच्छतेची, औषधांची गरज असते; कोंबडे अगर बकरे कापण्याची नाही. पण या गोष्टी त्यांना पटत नव्हत्या. कष्टाने संपत्ती प्राप्त होते, संतती चांगली निपजते; एखाद्या नरबळीने नाही. पाऊस पडण्यासाठी एक विशिष्ट वातावरण तयार व्हावे लागते, एरवी देव पाण्यात बुडवून पाऊस कसा पडेल? या साऱ्या गोष्टींमागे शास्त्र आहे. पण जो माणूस शिकलाच नाही त्याला शास्त्र काय ठाऊक असणार आहे? तो जर शिकला तरच त्याला शास्त्र समजणार आहे. 'शिक्षण हाच आपला देव आहे आणि याच देवाची आपण उपासना पाहिजे' ही जागृती पहिल्यांदा कर्मवीरांनी केली. अण्णांनी सांगितले, या घरोघरी पूजा बांधा म्हणजे विद्यादेवी तुम्हाला प्रसन्न आणि मगच अज्ञानामुळे शिगेला पोहोचलेला देवभोळेपणा नाहीसा होईल.

पण काळ आजच्यासारखा नव्हता. लोकांना शिक्षणाचे महत्त्व पटलेले याचसाठी अण्णा खेडोपाडी घरोघरी हिंडले आणि त्यांनी लोकांना ज्ञानाचे महत्त्व दिले. निरनिराळ्या गावांतून निरनिराळ्या जाती-धर्माच्या गरजू, हुशार मुलांना साताऱ्याला एकत्र आणले. ज्ञानदानास सुरवात केली. सगळी मुले म्हणजे एक बनले. एक एकत्र कुटुंब होते. यात कुणी मराठा तर जैन, कोणी ब्राह्मण तर कोणी महार. कर्मवीरांनी या गोष्टींना फाटा दिला. अण्णा म्हणत, 'हे धर्म आहेत काय? पाडले कोणी? बरं, पण शेवटी प्रत्येक धर्मातील माणूस हाडामांसाचा बनलेला आहे ना ? सगळ्यांचे रक्त लालच आहे ना? प्रत्येकजण माणूसच आहे. म्हणून याला मानवधर्म मानायचा. इथं कोणी ब्राह्मण नाही, कोणी जैन नाही. कोणी महार नाही की कोणी चांभार नाही. प्रत्येक जण माणूस आहे. प्रत्येकजण मानवधर्मीय आहे.' सर्वधर्म समभावाची शिकवण अण्णांनी

दिली.

अण्णांनी बोर्डिंगमध्ये निरनिराळ्या जातीधर्माच्या मुलांना प्रवेश दिला. मुले एकत्र राहिली, एकत्र बसली उठली, एकत्र जेवली, शिकली, एकत्र झोपली. आणि या एकत्रिकरणामुळेच मुलांनी जातीधर्माची बंधने तोडून टाकली. रूढी-परंपरांना तिलांजली दिली. हा कर्मवीर अण्णांच्या कार्यातील एक विजय होता.

कर्मवीर अण्णांनी साताऱ्याला छत्रपती बोर्डिंगची स्थापना केली आणि रयत शिक्षण संस्थेच्या कार्याला सुरवात केली. भाऊराव आणि त्यांच्या पत्नी लक्ष्मीबाई या मुलांचे माता-पिता बनले. त्यांच्यावर तसे प्रेम व संस्कार केले. संस्थेसाठी, मुलांसाठी आणि या कार्यासाठी या दाम्पत्याने सर्वस्व अर्पण केले. वसतिगृहातील शिक्षणाचा, जेवणाचा, पुस्तकांचा सगळा खर्च अण्णा पार पाडत. पण याच वेळी अण्णांनी या तरुणांच्यामध्ये एक नवीन स्वावलंबी शिक्षण प्रेरित केले. नवीन तत्त्व, सूत्र जनतेसमोर ठेवले आणि ते म्हणजे 'Earn and Learn' अर्थात 'कमवा आणि शिका'. त्या काळात गरिबीमुळे शिक्षण ही महागडी गोष्ट बनून राहिली होती. घरची श्रीमंती असलेले लोक आपल्या मुलांना शिकवायचे. मग गरीबांच्या मुलांनी जायचे कुठे? याच्यावर अण्णांनी तोडगा काढला. गरिबांनी प्रथम आपल्या पायावर उभं राहायचं. प्रथम कमवायला शिकायचं आणि कमवतानाच औपचारिक शिक्षण घ्यायचं. स्वतःच्या पायावर उभं राहून, स्वतःचा चरितार्थ चालवत शिक्षण घेणे, ही एक थोर शिकवण कर्मवीरांनी या लोकांना दिली.

यासाठी कर्मवीर गावोगाव फिरले. त्यांनी लोकांच्याकडे पडीक जमिनी,मागितल्या. ते म्हणत, 'Give us waste land and we shall turn it into best land.' आणि या अशा पडिक जमिनीतूनच कष्टाच्या घामाचे मोती बनले याचे जिवंत उदाहरण म्हणजे साताऱ्यामधील चार भिंतीजवळचे बोडिंग, हायस्कूल, संस्थेचा पसारा हे होय. शिवाजी विद्यापीठाने कर्मवीर अण्णांची 'कमवा आणि शिका' योजना विद्यापीठ परिसरात राबवून अनेक गरीब विद्यार्थ्यांच्या पदव्युत्तर शिक्षणाची सोय केली आहे. हा कर्मवीर अण्णांच्या या शैक्षणिक तत्त्वाचा फार मोठा विजय म्हटला पाहिजे.

अण्णांनी लोकांकडून पडीक जमिनी घेतल्या. त्यांची देखभाल केली आणि त्या जागी कष्ट करून त्या पडिक जमिनीतून सोनं पिकवलं आणि या जमिनीत राबणाऱ्या विद्‌यार्थ्यांच्या मनात स्वावलंबनाच सोने पिकवले. अण्णांचा विद्‌यार्थी या पद्‌धतीने स्वावलंबी बनला.

कर्मवीर अण्णांच्या स्वावलंबनावरील विश्वासाबद्‌दलची एक घटना सांगणे क्रमप्राप्त ठरते. १९५२ मध्ये अमेरिकेतील ज्येष्ठ शिक्षणतज्ज्ञ प्रा. कोप यांनी साताऱ्याला येऊन अण्णांच्या कार्याची पाहणी केली. अण्णांचे कार्य पाहून भारावून गेलेल्या कोपनी अण्णांना विचारले, 'जर अमेरिका आपल्या या पवित्र कार्यास मदत करू इच्छित असेल तर ती आपण स्वीकाराल काय ?' तेव्हा त्या ठिकाणी विद्‌यार्थ्यांनी फोडलेल्या दगडांकडे बोट दाखवून अण्णा स्वाभिमानाने म्हणाले, 'नो थँक्यू ! दीज आर माय डॉलर्स! ' अण्णांनी परिश्रम व कष्ट हीच खरी संपत्ती आहे हे साऱ्या जगाला पटवून दिले.

हे शिक्षणाचे कार्य अविरतपणे करताना अण्णांना अनेक अडचणी आल्या. परंतु अण्णांची ध्येयनिष्ठा व सत्यनिष्ठा यामुळे त्यांनी सर्वत्र विजयच मिळविला. अण्णांच्या या कार्यात त्यांच्या खांद्‌याला खांदा लावून सहभागी होते ते खेडेगावातील शेतकरी.

महात्मा गांधींच्या हत्येनंतर महाराष्ट्रात जातीय दंगली झाल्या. त्यावेळी अण्णांनी सर्वत्र जाऊन लोकांना शांत राहण्याचे आवाहन केले. परंतु तत्कालिन मुख्यमंत्री बाळासाहेब खेर व गृहमंत्री मोरारजी देसाई यांनी दंगलीला चिथावणी दिल्याचा अण्णांवर आरोप करून रयत शिक्षण संस्थेचे अनुदान बंद केले. तेव्हा अण्णा म्हणाले, 'माझ्या संस्थेची ग्रँट बंद केली खेर-मोरारजी सरकारने, पर्वा नाही ! माझा शेतकरी मूठ मूठ देईल, तर माझ्या संस्थेला काही कमी पडणार नाही ! मी स्वतःस विकून टाकीन पण माझी संस्था बंद पडू देणार नाही !' आपल्या संस्थेवर येणाऱ्या प्रत्येक संकटाला अण्णांनी आपल्या शेतकरी बांधवांना बरोबर घेऊन टक्कर दिली.

कर्मवीरांचे जीवन एक धगधगता यज्ञच होता. यां यज्ञात आहुती दिली जात होती असत्याची, अज्ञानाची, अंधश्रद्‌धेची, अनीतीची, अविचारांची आणि असमतेची. या आहुतीनंतर 'अ' निघून जाऊन हाती

येत होते सत्य, ज्ञान, श्रद्धा, नीती, विचार आणि समता.

अण्णांच्या कार्याबद्दल माजी सरन्यायाधीश पी. एन. भगवती म्हणतात, 'कर्मवीर भाऊराव पाटील यांनी जात पात वा धर्म यांचे अडथळे दूर सारून निरक्षरांना साक्षर केले. गरिबांना सन्मानाने जगण्याची अस्मिता दिली. ज्ञानाचा दिवा घराघरातून प्रज्वलित केला. ते जेथे गेले तेथे त्यांनी लोकशिक्षणावर भर देऊन खऱ्या अर्थाने विश्वविद्यालयीन शिक्षण खेड्यापर्यंत पोहोचवून मोठे राष्ट्रीय कार्य केले.

कर्मवीरांच्या या महान कार्याची पावती देताना महात्मा गांधी म्हणतात, 'श्री. भाऊराव पाटील की सेवा ही उनका सच्चा कीर्तिस्तंभ है।'

कर्मवीरांच्या या कार्याचा गौरव भारत सरकारने १९५९ त्यांना 'पद्मभूषण' किताब देऊन केला. तर पुणे विद्यापीठाने १९५९ मध्येच त्यांना लिट. अर्थात 'डॉक्टर ऑफ लेटर्स' ही सर्वोच्च पदवी देऊन सन्मानित केले.

जगाने वाहवा केलेले कर्मवीर या भारतमातेचे सुपुत्र, महाराष्ट्राच्या शिरपेचातील मुकुटमणीच आहेत.

असा मोहरा झाला नाही
पुढे कधी न होणार
कर्मवीर अण्णा तुमचे नाव,
सतत गर्जत राहणार ।।

लेखकाविषयी

श्री चंद्रकांत ऐनापुरे (M.Sc. M.Phil. B.Ed.)

गणित विषयाच्या अध्यापनाबरोबरच अध्यात्म, व्यक्तिमत्व विकास, संभाषण कौशल्य, वाचन व लेखन कौशल्य यांची विशेष आवड

२६ वर्षांचा सिनीअर व ज्युनिअर कॉलेजमध्ये गणित विषय शिकविण्याचा अनुभव.

सध्या उपप्राचार्य म्हणून कार्यरत

एच.एस.सी. मध्ये पैकीच्या पैकी गुण मिळविणारे अनेक विद्यार्थी यांचे अनेक विद्यार्थी देशात व परदेशात उच्च पदावर कार्यरत

२००४ पासून तेजज्ञान फौंडेशनचे (Happy Thoughts) सक्रीय सदस्य, तेजगुरू सरश्रींच्या ज्ञान प्रसार कार्यात सहभाग

अनेक अध्यात्मिक शिबीरे, व्यक्तिमत्व विकास शिबिरे यामध्ये सहभाग

विद्यार्थी तसेच शिक्षकांसाठी व्याख्याने तसेच कार्यशालांचे आयोजन

ऑनलाइन टिचिंगमध्ये विशेष सहभाग, यु ट्यूबच्या माध्यमातून विद्यार्थ्यांना मार्गदशन